கம்ப்யூட்டர் கிராமம்

கிழக்கு பதிப்பக வெளியீடுகளாக சுஜாதாவின் புத்தகங்கள்

கம்ப்யூட்டர் கிராமம்

சுஜாதா

கிழக்கு

கம்ப்யூட்டர் கிராமம்
Computer Gramam
by Sujatha
Sujatha Rangarajan ©

First Edition: May 2010
168 Pages

ISBN 978-81-8493-458-8
Kizhakku - 497

Kizhakku Pathippagam
177/103, First Floor,
Ambal's Building, Lloyds Road
Royapettah, Chennai 600 014.
Ph: +91-44-4200-9603

Email : support@nhm.in
Website : www.nhm.in

Cover Image : Shutterstock ©
Backcover Image : Srihari

Kizhakku Pathippagam is an imprint of New Horizon Media Private Limited

ஒரு சமயம் எனக்குத் தோன்றுகிறது, தப்பான நூற்
றாண்டில் இருப்பவர் நாம்தான் என்று. நமக்குத்தான்
இதெல்லாம் வியப்பாக இருக்கிறது. கிராமத்து மக்க
ளிடையே சந்தேகம் என்பதே இல்லை. மரத்திலிருந்து
கசிவது ரத்தம் என்றால், ஆம் ரத்தம்தான். சந்தேகமே
இல்லை. முனீஸ்வரன் நடந்து போனாரா? ஆம்! இந்த
இடத்தில் வந்து சாட்டிலைட் எர்த் ஸ்டேஷன் அமைத்து
என்ன சாதிக்கிறோம் என்று எனக்குக் குழப்பம் வாசு.
சாலையில் ஒருமருங்கில் இருபத்து ஒன்றாம் நூற்
றாண்டு. மறுமருங்கில் இரண்டாம் நூற்றாண்டு!

முன்னுரை

பழைய நம்பிக்கைகளில் ஊறியிருக்கும் ஒரு கிராமத்தில் மிக நவீனமான டெக்னாலஜியைச் சார்ந்த ஒரு தகவல் தொடர்பு சாதனத்தை நிறுவ முயற்சித்தால் என்ன ஆகும்? முரண்பாடுகள் நிகழும். இவற்றின் இடையே ஆதார மனித சபலர்கள் ஊடுருவும்போது நிகழும் சம்பவங்களை விவரிக்கும் இந்த நாவல் தொடர்கதையாக இருபது ஆண்டுகளுக்கு முன் வந்தது.

எனது இன்ஜினியர் வாழ்க்கையில் நிகழ்ந்த ஒரு சம்பவத் தின் அடிப்படையில் எழுதிய நாவல் இது.

சுதந்தர தினம், 2006   *சுஜாதா*
சென்னை

1

‘வள்ளிக்குப்பமா?’ என்றான் மனோஜ், தலையில் கை வைத்துக் கொண்டு.

‘ஆம். நீ தமிழன்தானே? தமிழ் நாட்டில் எங்கே இருக்கிறது அந்தக் கிராமம். வள்ளிக்குப்பம்! மேப்பில் தேடு!’ ஷண்பேகர் பென்சிலைக் கடித்துக்கொண்டு கண்ணாடிக்கு வெளியே பம்பாயின் கான்கிரீட் மறைத்த தொடுவானத்தைப் பார்த்தான்.

‘தமிழ்நாடு மில்லியன் மேப்பில்கூட இந்தக் கிராமத்தின் பேர் இல்லை. கெஜட்டியரில் இல்லை. கலெக்டருக்கு எழுதினால், அவருக்கே தெரியாதாம்!’

‘தேடுவோம்’ என்றான் மனோஜ். ‘கலெக்டருக்காவது தெரிந் திருக்கவேண்டும்.’

‘மனோ, உனக்கு சமைக்கத் தெரியுமா?’

‘ஆம்லெட் பண்ணுவேன். டோஸ்ட் பண்ணுவேன்.’

‘தங்குவதற்கு இடம் கிடையாதாம். பக்கத்தில் ஆரம்பாக்கம் என்று ஒரு தாலுக்கா டவுன் இருக்கிறதாம். அதில் கீதா லாட்ஜ் என்று ஒரே ஒரு ஓட்டலில், ஒரு ரூம் இருக்கிறதாம். பி.ஆர். சிவசங்கரன் சொன்னான்.’

‘உத்தமம்’ என்றான் மனோ.

மனோஜ் யோசனையில் ஆழ்ந்திருந்தான். கல்யாணத்தை ஒத்திப் போடுவதா, கல்யாணம் பண்ணிக்கொண்டு அவளையும் இந்தக்

கிராமத்துக்கு அழைத்துச் செல்வதா? வருவாளா? சாயங்காலம் ப்ரமிளாவைக் கேட்டுப் பார்க்கவேண்டும். அராஜகத்தனமான, கருணையற்ற அதிகாரிகள்! கல்யாணம் செய்துகொள்ளப் போகிறான் என்று அவர்களுக்குத் தெரியாதா?

'யோசிக்கிறாய், யோசிக்கக்கூடாது.'

'கல்யாணத்தைப் பற்றித்தான்.'

'ஒத்திப் போடு. லெட்டர் எழுதிக்கொண்டிரு. கிராமத்துக்கு அழைத்துச் சென்றால் முதல் மாதம் டிவோர்ஸ் வாங்கி விடுவாள்.'

'அநியாயம். கவுண்ட் ஆஃப் மாண்டிக்ரிஸ்டோ போல உணர்கிறேன்.'

டெலக்ஸ் செய்தி வந்தது.

'எல்லாம் தயார். சுமாரான ரஸ்தா இருக்கிறது. பளுவான சாதனங்களை, குறிப்பாக ஆண்டெனாவைக் கடத்துமுன் லோடு தாங்குமா என்று கவனித்துக்கொள்ளவும். மற்ற ஏற்பாடுகள் செய்யப்பட்டு விட்டன.'

'இதெல்லாம் மார்க்கெட்டிங் டிபார்ட்மெண்ட் வேலையில்லையா?' என்றான் மனோஜ் ஆயாசத்துடன்.

'லுக் மனோஜ், விதி நம்மை குக்கிராமத்துக்குத் துரத்துகிறது' என்றான் ஷண்பேகர்.

'கம்ப்யூட்டர் சாப்ட்வேர் எழுதுகிறாய். விதியில் எல்லாம் நம்பிக்கை வைத்திருக்கிறாய்...'

'அதற்கும் இதற்கும் என்ன சம்பந்தம்?'

'கம்ப்யூட்டர் என்றால் கொஞ்சம் பகுத்தறிவான, மூடநம்பிக்கை அற்ற ஆசாமி என்றுதான் சொல்வார்கள்.'

'யார் சொன்னது? எல்லாம் தப்பு. எங்கள் அனைவருக்கும் ஏதாவது மூடநம்பிக்கை இருக்கிறது. நான் எப்போதும் பிள்ளையார் சுழி போடாமல் எழுத ஆரம்பிக்க மாட்டேன்.

'இந்தியாவில்தான் இது நடக்கும். ராகுகாலம் கூடப் பார்ப்பாய் இல்லையா நீ?'

'அய்யோ! ராகு காலத்தில் ப்ரோக்ராம் எழுத ஆரம்பிக்கவே மாட்டேன்.'

ஷண்பேகர் எப்போது விளையாட்டாகப் பேசுகிறான், எப்போது சீரியஸ் என்று கண்டுபிடிப்பது சிரமம். நிஜமாகவே அவனுக்கு இதில் எல்லாம் நம்பிக்கை இல்லை என்றுதான் மனோ நினைத்தான். ஆனால் ஷண்பேகர், ஓர் அதி நவீனமான சி ப்ளஸ் ப்ளஸ் ஆணைத் தொடர் எழுதுவதற்கு முன் பிள்ளையார் சுழி, ஸ்ரீராம ஜெயம் எல்லாம் தவறாமல் எழுதுவான்.

சாயங்காலம் ஆபீசிலிருந்து நேராக கல்பாதேவி போய், ப்ரமிளாவைச் சந்தித்தான் மனோ. 'ப்ரமிளா, நம் கல்யாணத்தைத் தள்ளிப்போட வேண்டியிருக்கும் என்று தோன்றுகிறது.'

ப்ரமிளா தன் கைப் பையிலிருந்து சிறிய கைக்குட்டையை எடுத்து ஆழ ஆரம்பித்தாள்.

கொஞ்ச நேரம் அவளைக் கண்கொட்டாமல் பார்த்துவிட்டு, 'அழுதால்கூட அழகாய் இருக்கிறாய்!' என்றான்.

அவள், அவன் மார்பில் இரண்டு கைகளாலும் குத்தினாள்.

'அழாதே, நான் சொல்வதைக் கேள். நான் ஒரு இன்ஸ்டாலேஷனுக்காகத் தமிழ்நாட்டில் ஒரு குக்கிராமத்துக்குப் போகவேண்டியிருக்கிறது.'

'எப்போது?'

'கல்யாணம் ஆன மறுநாள் போயே ஆகவேண்டும். இல்லை, வேலை போய்விடும். என் பாஸ் கிராதகன்.'

'நானும் வருகிறேன். ராமன் போகுமிடமெல்லாம் சொர்க்கம். அண்ட் ஆல் தட்' என்றாள்.

'இம்பாஸிபிள்.'

'நான் கிராமத்துக்கு வந்து உனக்கு சமைத்துப்போட மாட்டேனா?'

'உனக்குச் சமைக்கத் தெரியுமா? மை காட்!'

'ஆம்லெட் டோஸ்ட் பண்ணுவேன்.'

‘போதாது. உன்னை அழைத்துப் போவதில் பல சிக்கல்கள். அந்தக் கிராமம் ரொம்பச் சிறியது. இருக்க இடம் போதாது.’

‘மரத்தடியில் வேண்டுமானாலும் இருப்பேன்’ என்றாள் ப்ரமிளா.

‘அதெல்லாம் வெட்டிப் பேச்சு. உனக்கு ஏஸி இல்லாவிட்டால் உஸ் உஸ் என்பாய்.’

‘அப்பா, பாருங்கப்பா மனோ வந்து மேரேஜை போஸ்ட்போன் பண்ணணும்ங்கறது!’ என்று அவள் அப்பா வந்ததும் புகார் செய்தாள்.

‘என்ன ஆச்சு மனோ?’ என்றார் ராமச்சந்திரன். அவருக்குப் பைப் பிடிப்பது, ப்ரிட்ஜ், கால்ஃப், மகள் கல்யாணம் எல்லாம் ஒரே மாதிரிதான்! விவரமாகச் சொன்னான்.

‘மாப்பிள்ளை, இன்ஸ்டாலேஷன் எத்தனை நாளாகும்?’

‘எட்டு வாரத்தில் முடிந்துவிடும்.’

‘அவர் சொல்வதும் சரிதான். கல்யாணம் பண்ணிக்கொண்ட உடனே பிரிந்தால் ரொம்ப வருத்தமாக இருக்கும்.’

‘நான் கூடப் போகிறேன் என்று சொல்கிறேனே!’

‘ப்ரமிளா, பி ரீஸனபிள்! நீ பி.எஸ்ஸி பரீட்சை எழுதி முடிக்க வேண்டாமா? அவன் பின்னால் போவாயா? இந்த ஒத்திவைப்பு எல்லாவிதத்திலும் சௌகரியமாக இருக்கிறது. எனக்கும் செல வழிக்கப் பணம் கொஞ்சம் வர இரண்டு மாதம் ஆகும். உன் பரீட்சையும் முடிந்துவிடும். மனோஜ் எங்கேயும் போகமாட் டான். தினம் லெட்டர் போட்டுக் கொள். ஒருநாள் விட்டு ஒருநாள் போன் பேசிக்கொள். எஸ்.டி.டி. இருக்கிறதல்லவா!’

‘ரொம்ப கிராமம் சார். எலக்ட்ரிசிட்டியே இல்லை.’

‘பெயர்?’

‘வள்ளிக்குப்பம். தமிழ்நாட்டில் எங்கிருக்கிறது என்று முதலில் தேடிக் கண்டுபிடிக்க வேண்டும்.’

'அங்கே போய் என்ன வேலை?'

'ஒரு எர்த் ஸ்டேஷன் அமைக்கப் போகிறோம். வீ-சாட் என்று ஒரு டெர்மினல். கேயு பாண்டில் புதுசாக.'

'கிராமத்திலா?'

'ஆம்.'

'எதற்காகக் கிராமத்தில் அமைக்க வேண்டும்?'

'டெக்னிக்கலாக நிறையக் காரணங்கள். எலக்ட்ரிக்கல் நாய்ஸ் எலிவேஷன், இக்வட்டோரியல் பெல்ட் என வெள்ளைக் காரன் அட்ச ரேகை தீர்க்க ரேகை போட்டுக் கொடுத்திருக் கிறான். அந்த இடத்தில் கிராமம் இருக்கிறது. வைக்கப் போகி றோம்.'

ப்ரமிளாவைச் சமாதானப்படுத்தியபின் புறப்பட ஏழு மணி ஆகிவிட்டது. ரூம் போவதற்குமுன் டெட்டால், பர்னால், ஒரு கெரோஸின் விளக்கு, முதல் உதவிப் பெட்டி, நோட்டுப் புத்தகம் என்று பற்பல அன்றாடப் பொருள்களைச் சேகரித்துக்கொண்டு ரூமுக்குச் சென்றான்.

ஷண்பேகர் அவன் படுக்கையில் படுத்துக்கொண்டு, 'பயாலஜி ஆஃப் டெத்' என்ற புத்தகம் வாசித்துக்கொண்டிருந்தான். 'மனோஜ், இந்த உலகத்தில் யாரும் சாவதில்லை தெரியுமோ? மைகாட்! இதெல்லாம் என்ன?'

'கிராமத்தில் போய் இருப்பதற்கு?'

'ஏதோ அண்டார்ட்டிக்கா பிரயாணம் போல அல்லவா சேர்த் திருக்கிறாய்' என்றவன் விளக்குமாற்றைப் பார்த்து, 'நாம் அங்கே போய்த் தோட்டி வேலை செய்யப் போகிறோமா என்ன?'

'அதுவும் தேவைப்படும்.'

'மனோஜ், டேக் இட் ஈஸி. வாழ்க்கையில் இவ்வளவு தயாராக இருக்கவே கூடாது. நான் என்ன கொண்டு வரப்போகிறேன் தெரியுமா? இரண்டு லுங்கி, நாலு புத்தகங்கள், டூத் பிரஷ். மற்ற தெல்லாம் அங்கே பார்த்துக் கொள்ளலாம்.'

'உன்னையும் என்னையும் எப்படித்தான் ஜோடி சேர்த்தார்களோ!'

‘கல்யாணம் என்ன ஆச்சு?’

‘ஒத்திப்போடச் சம்மதித்து விட்டாள் ப்ரமிளா.’

‘உத்தமமான காரியம். முதலில் கல்யாணமே தேவையில்லாத ஒரு ஸ்தாபனம் என்பது என் அபிப்பிராயம். ஒரு பாட்டில் பியருக்கு, பியர் ஷாப்பையே வாங்குவது போல...’

‘இதை எத்தனை தடவை சொல்லிவிட்டாய்’ என்றான் அலுப்புடன்.

‘மாற்றிச் சொல்கிறேன். ஒரு மசாலா தோசைக்கு உடுப்பி ஓட்டலையே வாங்குவதுபோல!’

மனோஜ் அவன் மேல் பென்சிலை எறிந்தான்.

இரானி ஓட்டலின் டீக்காரப் பையன் டீ கொண்டுவந்து கொடுத்து, ‘சாப் கா போன் ஆயா’ என்றான்.

போய்க் கேட்டதில் ப்ரமிளாவின் அம்மா காத்திருந்தாள்.

‘என்ன விஷயம்?’

‘மனோஜ், கல்யாணத்தை ஒத்திப்போட்டு விட்டாயாமே?’

‘ஆம், ஒரு இன்ஸ்டாலேஷனுக்காக.’

‘அதெல்லாம் முடியாது. கல்யாணம் குறிப்பிட்ட தேதியில் நடந்தே ஆகணும். என்ன இது? என் பெண்ணுடன் இஷ்டப்படி சுற்றிவிட்டு, இஷ்டப்படி ஒத்திப்போட்டு, இப்போது வேறு ஏதாவது மனம் மாறிவிட்டால்? படிப்பு முக்கியமல்ல. கல்யாணம் நடைபெறாமல் போய் விட்டால் என் பெண்ணுக்கு வேறு கல்யாணம் நடக்குமா? யோசித்துப் பார்.’

போனில் அதட்டல் பக்கத்தில் நிற்பவருக்கும் கேட்டது.

‘நோ வே! மனோஜ் உன் வேலை போனாலும் சரி... நாங்கள் சப்போர்ட் பண்ணுகிறோம், அடுத்த வேலை கிடைக்கிறவரை! கல்யாணம் தள்ளிப் போடக்கூடாது!’

‘இப்ப நீங்கள் என்ன சொல்கிறீர்கள்?’

'கல்யாணம் செய்துகொண்டு அவளை அழைத்துச் செல்.'

'அவள் படிப்பு?'

'படிப்பு முக்கியமல்ல. கல்யாணம் ஆகிறவரைதான் படிப்பு.'

திரும்ப வந்து சொன்னபோது, ஷண்பேகர் வினோதமாகச் சிரித்தான்.

'இதுதான் சந்தர்ப்பம். சொல்லாமல் கொள்ளாமல் புறப்பட்டு விடலாம்' என்றான்.

2

'ஓடிப் போவதா? கோழைத்தனம்...' என்றான் மனோஜ்.

'கல்யாணத்திலிருந்து தப்பிக்க உனக்கு வேறு ஏதும் உபாயம் இல்லை.'

'கல்யாணம் செய்துகொண்டுவிடுவதுதான் உத்தமம் என்று தோன்றுகிறது.'

'மனோஜ், கல்யாணம் என்பது ஆரம்ப நாட்களில் ரொம்பத் தொந்தரவான, கவனம் கலைக்கும் சமாசாரம். புதுசாகக் கிடைத்த பெண்ணைப் படிப்படியாகக் கண்டுபிடிக்கும் பரிசோதனை. உன் விழிப்புக் கணங்கள் அனைத்தையும் ஆக்கிரமிக்கும் அப்ஸெஷன். அதிகமாகக் கொஞ்சவேண்டும். அவளையே மணிக்கணக்காகப் பார்த்துக்கொண்டிருக்க வேண்டும். அடுத்த ரூமில் இருந்து கொண்டே கடிதம் எழுதிக்கொள்ள வேண்டும். அதெல்லாம் பண்ணிவிட்டு சாட்டிலைட் எர்த் ஸ்டேஷன் நிறுவ உனக்கு எங்கே சமயம் கிட்டும்?'

மனோஜ் ஷண்பேகரை முறைத்துப் பார்த்து, 'உன்னைப் போல சினிக்கை நான் பார்த்ததில்லை. எத்தனை கல்யாணம் செய்திருக் கிறாய்.'

'எல்லாம் புத்தக ஞானம். நாம் எல்லோருமே ஏதாவது ஒரு சினிமாவில் பார்த்ததைத்தான் திரும்ப வாழ்கிறோம் என்பது என் சித்தாந்தங்களில் ஒன்று. மேலும் நண்பர்களிடம் பார்த்த அனு பவம். எனக்கென்னவோ இந்தக் கல்யாணம் தீர்மானமே தப்பு என்பேன். இன்றைக்கெல்லாம் உனக்கு எத்தனை வயது?'

'மறுபடி போன் வந்தது, இரானி ரெஸ்டாரண்டில் இருந்து.'

'போன் பேசியே வாழ்நாள் கழிந்துவிடப் போகிறது' என்று ஷண்பேகர் சொன்னதை நிராகரித்துக் கீழே போனான்.

ப்ரமிளாதான். 'மனோஜ் நாளைக்கு வெட்டிங் ஸாரிஸ் எல்லாம் வாங்கணும். உனக்கு ஸூட் தைக்கணும். அம்மா வரச் சொன்னா.'

'ப்ரமிளா, அப்பாகிட்ட சொன்னியா?'

'என்ன?'

'கல்யாணம் நடக்கிறதைப் பத்தி?'

'அம்மா சொன்னா. ஓக்கே, சரின்னாரு.'

'உங்கப்பாவுக்கு உங்க குடும்பத்திலே வாய்ஸே கிடையாதா?'

'அப்பா ஒண்ணும் சொல்லாது. அம்மாதான் எல்லாம்.'

'அம்மா பக்கத்தில் இருக்காளா?'

'கிச்சன்ல இருக்கா.'

'ப்ரமிளா, யோசிச்சுப் பாரு. கல்யாணத்தை மூணு மாசம் தள்ளிப் போடறது எல்லாருக்கும் நல்லது. உன் பி.எஸ்ஸி படிப்பு முடியும்.'

'புக்ஸ் எல்லாம் எடுத்துண்டு போகச் சொன்னா.'

'எங்கே?' என்றான் கலவரத்துடன்.

'உன்னோட கிராமத்துக்கு. நீதானே எனக்குப் பாடம் சொல்லித் தரப் போறே. பிஸிக்ஸ் படிச்சுக்கிட்டே ஹனிமூன்!'

'கல்யாணம் பண்ணிக்கிட்டு என்கூட வரப்போறியா?'

'ஆமாம், அதானே நீயும் சொன்னது?'

'நான் சொன்னது கல்யாணமே இப்ப வேண்டாம்னு.'

'இல்லை மனோஜ். கல்யாணம் நடந்தே ஆகணும். இல்லைன்னா அம்மா காதைப் புடிச்சுத் திருகிடுவா.'

'அவ்வளவுதானா, பரவாயில்லையே! திருகிக்கலாமே. ப்ரமிளா, கல்யாணம்ங்கறது பெரிய விஷயம். இட்ஸ் எ சீரியஸ் மேட்டர்.'

'ஆமாம்.'

'என்ன ஆமாம்.'

'மனோஜ், டு யு லைக் ப்ரு?'

முதல் முறையாக ஷண்பேகர் சொன்னதில் நியாயம் இருப்பதாக எரிச்சலாக உணர்ந்தான். தீர்மானம் தப்பு!

திரும்ப ரூமுக்கு வந்தபோது, ஷண்பேகர் நிம்மதியாகத் தூங்கிக் கொண்டிருந்தான். ஜன்னல் வழியே எலக்ட்ரிக் ரயில் சப்தம் அடிக்கடி கேட்டுக்கொண்டிருந்தது. பம்பாய்த் தெருக்களை சோடியம் நனைந்திருந்தது. ப்ளாட்பாரத்தில் தூங்குபவர்கள் தத்தம் அட்டைப் படுக்கைகளைச் சேகரித்துக்கொண்டிருந்தனர்.

ஷண்பேகரின் சிகரெட் ஒன்றைப் பற்ற வைத்துக்கொண்டான். எப்போதாவதுதான் அவன் சிகரெட் பிடிப்பான். அவசரப்பட்டு விட்டோம். எல்லாமே ஒருவிதமான கண்ணி வைத்த பொறி. முதன் முதலாக ப்ரமிளாவை ஒரு பார்ட்டியில் பார்த்துத் தலை கால் தெரியாது, தேன் தடவிய கனவில் மிதப்பதுபோல உணர்ந்தது; அவள் அம்மா தன் புருஷனின் விசிட்டிங் கார்டைக் கொடுத்து, தங்கள் வீட்டுக்கு வந்தே ஆகவேண்டும் என்றது; அத்தோடு வெட்டாமல், அங்கே போனது; போனதும் அவர்கள் வீட்டு நாய் டோட்டு, ப்ரமிளாவின் தம்பி அரவிந்த், ப்ரமிளாவின் அப்பா... எல்லாருக்கும் அறிமுகமான அப்புறம், ப்ரமிளாவை முக்கியமாக அவள் இளமையையும் பழகு சுலபத்தையும் பார்த்து நிமிஷத்தில் காதல் வசப்பட்டது! காதல்தானே பெயர்? இன் ஃபாச்சுவேஷன் என்பான் ஷண்பேகர். 'ஏதோ ஹார்மோன் சமாசாரம்!'

அப்புறம் தினம் எட்டு முறை போன் பண்ணியது. முதல் மாட்டினி சினிமா. முதல் தொடுகை. இருட்டில் விலக்கிய கைகள், பிக்னிக், அப்புறம் தன் அப்பா, அம்மாவுக்கு எழுதியது. அம்மா வருவதற்கு முன்பேயே நிச்சயதார்த்தம், மோதிரம். அப்பாவின் தார்மீக கோபமுள்ள கடிதம். பைத்தியம் நான்! அவசரப்பட்டு பொறிக்குள் நுழைந்து, நானே அதை அடைத்துக் கொண்டு விட்டேன்! ப்ரமிளாவுக்கு என்ன குறை? அழகான

தோற்றமும் நடத்தையும் போதுமா? மனைவி என்பதற்கு வேறு ஏதாவது வேண்டுமா?

முதலில், மனைவியே வேண்டுமா என்கிற ஷண்பேகரின் கேள்விக்கு இன்னும் பதில் கிடைக்கவில்லை.

காலையில் எழுந்து ஷண்பேகரை வழக்கம் போல் எழுப்பி, டீ போட்டுக் கொடுத்தான்.

'மை காட்! நீ கல்யாணம் செய்துகொண்டு போய்விட்டால் எனக்கு யார் டீ கொடுப்பார்கள்?'

'ஷண், எனக்கு ஒரு வழி சொல்லு.'

'காலரா வந்தால்தான் தடுக்க முடியும். லவ் இன் தி டைம் ஆஃப் காலரா என்று கார்ஸியாவின் ஒரு பிரசித்தமான தென் அமெரிக்க நாவல் உண்டு.'

'பி சீரியஸ் மேன்.'

ஷண்பேகர் அவனை நிதானமாகப் பார்த்து, 'இது உன் பிரச்னை. நீ தீர்க்கவேண்டியது எல்லாவற்றையும் போட்டுக் குழப்பிவிட்டு, இப்போது என்னைக் கேட்கிறாய். நீ ப்ரமிளாவுடன் அரோரா தியேட்டரில் போய் மார்னிங் ஷோ பார்த்தாயே, அப்போதே உன் திருமணம் தீர்மானிக்கப்பட்டு விட்டது. பம்பாய்க் கல்யாணங்கள் தியேட்டர் இருட்டுகளில்தான் நிர்ணயிக்கப்படுகின்றன. சொர்க்கத்தில் இல்லை.'

கொஞ்சம் நேரம் அவனை வெறித்துப் பார்த்தான் மனோஜ்.

'உனக்கு வாழ்வில் புனிதமானது ஏதும் கிடையாதா?'

'டீ நன்றாக இருக்கிறது. ப்ரமிளாவிடம் சொல்லவேண்டும், நீ நன்றாக டீ போடுவாய் என்று.'

பஸ்ஸில் பலார்ட் பியர் ஆபீசுக்கு போகும்போது யோசித்தான். பாஸ் ராமச்சந்திர மூர்த்தியைக் கேட்டு விடலாம். அவர் சொல்படி செய்யலாம்.

ராமச்சந்திர மூர்த்தி மார்னிங் மீட்டிங் முடித்துவர அரைமணி ஆகிவிட்டது.

‘என்ன மனோஜ் எல்லாம் தயாரா? எக்விப்மெண்ட் எல்லாம் மெட்ராஸிலிருந்து தனிப்பட்ட லாரியில் போகிறது. நீயோ அல்லது ஷண்பேகரோ கூடப் போவதும் நல்லது. எனக்கு எல்.என்.ஏ. ஃப்ரண்ட் எண்ட் சமாசாரங்கள் ஒழுங்காகப் போய்ச் சேர வேண்டும். ஒரு கேலியம் ஆர்ஸனைட் டயோடு எத்தனை விலை தெரியுமா?’

‘எல்லாம் பார்த்துக்கொள்கிறேன் சார்.’

‘ஆக்டிவிட்டி சார்ட் இன்னும் தரவில்லை நீ…’

‘கொடுத்துவிடுகிறேன்.’

‘அப்புறம் இதோ பார், ஸ்காட்டர் ப்ரொஃபைல், அந்தப் பிரதேசத்தின் மழை அளவு, ஆகஸ்டில் கொஞ்சம் பெய்யும்.’

‘சார் அந்தக் கிராமம் எங்கிருக்கிறது என்றே இன்னும் தெரிய வில்லை.’

‘உங்களைக் கொண்டுபோய்ச் சேர்ப்பிக்க வேண்டியது பி.ஆர். விசுவின் வேலை. கவலைப்படாதே.’

‘சார் மற்றொரு விஷயம்.’

‘என்ன?’

‘எனக்குத் திருமணம் நிச்சயமாகி…’

‘தெரியும். அதைத்தான் ஒத்திப்போட்டு விட்டாய் என்று ஷண்பேகர் சொன்னான். மூணு மாசம் பல்லைக் கடித்துக் கொண்டு…’

‘பெண் வீட்டார் சம்மதிக்க மாட்டேன் என்கிறார்கள்.’

‘அப்ப, கல்யாணத்தைக் கான்ஸல் பண்ணிவிடு.’

‘அத்தனை சுலபம் இல்லை அது.’

‘லுக்! இது உன் ப்ராப்ளம். கல்யாணம் பண்ணிக்கொள். ஆனால் ஒரு காரியம் செய்யாதே. சைட்டுக்கு அந்தப் பெண்ணை அழைத்துச் செல்லாதே. பெரிய பிரச்னை ஆகிவிடும்.’

தன் சீட்டுக்கு மனோஜ் திரும்பிவந்தபோது ப்ரமிளாவிடமிருந்து போன் வந்ததாகத் தகவல் வைத்திருந்தது.

ஷண்பேகர் டெர்மினலில் மும்முரமாக இருந்தான். 'ஆக்டிவிட்டி சார்ட் கேட்டாயே இதுதான்' என்றான். 'லேசரில் அடித்துக் கொடுத்து விடுகிறேன். மூர்த்திக்குத் திருப்தியாகிவிடும்.'

சார்ட்டை மிகத் திறமையாகத் தயாரித்திருந்தான் ஷண்பேகர்.

'குட், வெரி குட்.'

'இப்போதே பாஸ் போலப் பேசுகிறாய். ப்ரமோஷன் வரப் போகிறதா?'

'ஷண்பேகர், சில சமயம் நீ பேசுவது எத்தனை எரிச்சலாக வருகிறது தெரியுமா?'

'டயபடிஸ்க்கு அடுத்து எரிச்சல் தருவது உண்மைதான் என்று ஒரு கிரேக்க ஞானி சொன்னார்.'

'கிரேக்கர் காலத்தில் டயபடிஸ் இருந்திருக்கிறதா?'

'ஏன் இல்லை? ஒரு எகிப்திய ஃபரோவா இளவரசன் டயபடிஸில் இறந்திருக்கிறான் என்று மம்மிகளை வைத்துக் கண்டுபிடித்திருக்கிறார்கள்.'

ரிஸப்ஷனில் அவனைப் பார்க்க யாரோ வந்திருப்பதாகத் தகவல் வந்து போய்ப் பார்த்தால் ப்ரமிளாவின் அம்மா.

'என்ன இங்கேயே வந்து விட்டீர்கள்?'

'அதிகம் டயம் இல்லை. கல்யாண அழைப்புக் கடிதத்துக்கு ப்ரூஃப் கொடுத்துவிட்டுப் போகிறேன். அதைத் திருத்தி வை. சாயங்காலம் டிரைவரை அனுப்பிவிடுகிறேன்! அப்புறம் டெரிகாட்டில் உனக்கு க்ரே ஸூட் எடுத்திருக்கிறோம். ஸ்டீல் கிரே கலரில் சிராக் தின் ஷர்ட் எடுத்தாகிவிட்டது. மோதிரத்துக்கு நூல் அளவு வேண்டும்.'

'கல்யாணம் பண்ணுவதாக நிச்சயித்துவிட்டீர்களா?'

'பின்னே?'

'நான் கல்யாணம் ஆன மறு தினமே டூர் போகவேண்டுமே?'

'இதைப் பற்றித்தான் உன் பாஸிடம் பேச வந்திருக்கிறேன்.'

'வேண்டாம், நான் பார்த்துக் கொள்கிறேன்.'

'கல்யாணம் ஆன மறு தினமே மகாபலேஷ்வர் போகிறீர்கள். இரண்டு பேரும். அங்கே ஒரு வாரம். கோவாவில் ஒரு வாரம். அதன் பின்தான் மறுபடி வேலை ஜாய்ன் பண்ணுகிறீர்கள். என் புருஷனுக்கு கமிஷனர், ஒரு ஐ.ஏ.ஸ் ஆபீசரைத் தெரியும். அவரிடம் சொல்லி உங்கள் பாஸிடம் சொல்லச் சொல்கிறேன்.'

'வேண்டாம்' என்றான் கலவரத்துடன்.

வயிற்றில் புளியைக் கரைத்தது என்பார்களே, இதுதானோ?

3

'மனோஜ் நீங்க இந்த வேலையை விடறதா இருந்தாலும் சரி, நான் என் ஹஸ்பெண்டுகிட்டச் சொல்லி வேற வேலை வாங்கித் தரேன்' என்றாள் அவள். மாமியாராகப் போகிற வளை இப்போதுதான் உன்னிப்பாகப் பார்த்தான். அப்படியே ப்ரமிளா. இன்னும் பதினெட்டு வருஷம் கழித்துப் ப்ரமிளா இந்த மாதிரிதான் இருக்கப்போகிறாள் என்பது இப்போதே பகீர் என்றது. என்ன ஒரு முட்டாள்தனம் பண்ணிவிட்டேன்? இதைவிட அருமையாக யாராலும் தன் தலையில் மண்ணை அள்ளிப் போட்டுக்கொள்ள முடியுமா? என்னதான் ப்ரமிளா வின் இளமையான இனிய முகத்தைக் கொண்டுவந்தாலும் தாயின் முகம் குறுக்கிட்டது. குரலும் இந்த மாதிரிதான் இருக் கிறது பெண்ணுக்கு. அதட்டலாக உலகத்தையே சொந்த மாக்கிக் கொண்டதுபோல. இவள் மகளைக் கல்யாணம் பண்ணிக்கொண்டு வள்ளிக்குப்பத்தில் குடித்தனம் வைப்ப தாவது!'

'நீங்க போங்கம்மா பார்த்துக்கறேன்...'

'ப்ரூஃப்.'

'நாளைக்குத் தரேனே.'

'அதெல்லாம் முடியாது! ப்ரஸ்ஸுக்குப் போகணும். இப்பவே உக்காந்து கரெக்ட் பண்ணிக் கொடுத்துருங்க. உங்க பேரை மனோஓஜ்னு இன்னும் ஒரு 'ஓ' சேர்த்துக்கிட்டா ந்யூமராலஜிக்குச் சரிப்பட்டு வரும்னு சொன்னாங்க.'

'அதெல்லாம் அப்புறம் மாத்திக்கறேன். இப்ப மாத்தினா கல்யாணம் செல்லுபடியாகாது. திஸ் இஸ் ஷண்பேகர். என்கூட கிராமத்துக்கு வரப் போறவன்.'

'ஷண்பேகர்னா மராட்டியா?'

'ஆமாம்.'

'ஷண்பேகரை உன்னிப்பாகப் பார்த்தாள். அவன் தன் கண் ணாடியை எடுத்துத் துடைத்துக்கொள்ளும்போது, அம்மணமாக இருந்ததுபோலத் தோன்றியது.

'மனோஜைப் பத்தி எல்லா விவரமும் தெரியும் எனக்கு.'

'சிகரெட் குடிப்பாரா?'

'குடிப்பான்' என்றான்.

'இந்தக் காலத்தில் எல்லோரும்தான் குடிக்கிறார்கள். ப்ரமிளா வின் அப்பா சுருட்டுகூடக் குடிக்கிறார். நான் வெஜ்?'

'அதுவும் உண்டு.'

'வெரி குட்!' என்றாள். 'அப்போதுதான் ப்ரொட்டின் சக்தி அதிக மாக இருக்கும். ப்ரமிளாவுக்குச் சின்ன வயசிலிருந்தே முட்டை கொடுத்துப் பழக்கியிருக்கிறேன்.'

அவள் போனதும் ஷண்பேகர், 'யு ஆர் மாரியிங் திஸ் க்ரீச்சர்?' என்று கேட்டான்.

'இவளை இல்லை. இவள் பெண்ணை.'

'இவளையும் சேர்த்துத்தான் கல்யாணம் செய்துகொள்கிறாய்!' என்று வினோதமாகச் சொல்லிவிட்டு, 'வாழ்க்கையைச் சில பேர் எதற்காகத்தான் சுலபமாகச் சிக்கல் பண்ணிக்கொள்கிறார்களோ!' என்றான்.

'நாட் யுர் பிஸினஸ்' என்றான் மனோஜ் கோபத்துடன்.

கல்பாதேவியில் வெளி வந்தபோது ப்ரின்ஸஸ் தெரு முனையில் மழை பிடித்துக்கொண்டு திரை போட்டாற்போலப் பெய்தது. மான்சூன் மழை. நகரம் அனைத்துக் குடைகளையும் விரித்துக் கொள்ள, கார்களின் வைப்பர்கள் நூற்றுக்கணக்காக, நடன

அசைவுகள் போல நீரைத் தடவத் தொடங்க, ட்ராபிக் விளக்கில் வீக்லியைப் ப்ளாஸ்டிக்கில் போட்டு ஒருவன் விற்றுக் கொண்டிருந்தான். சொட்டச் சொட்ட நனைந்து அந்தப் பெண் 'பாபு, சார் அனா தே' என்று கார் ஜன்னலில் கேட்டாள்.

'மான்சூனுக்காக பம்பாய் பிச்சை எடுப்பதைக்கூட நிறுத்த வில்லை' என்றான் ஷண்பேகர். மனோஜ் மௌனமாக வந்தான்.

ஜிம்கானா ஹாலில் கல்யாணம் நடந்தது. மனோஜின் அம்மா அப்பா விருந்தாளிகள் போலத்தான் வந்திருந்தார்கள். தங்கைகள் யாரும் வரவில்லை. மழை பெய்தது. மஞ்சள் பூக்கள் ஈரத்தில் ஓரத்தில் சிதறியிருக்க, ஷாமியானா இடைவெளிகளில் எல்லாம் மழை வந்து புஃபேயைக் கெடுத்தது. சாஸ்திரிகள்கூட ரெயின் கோட்டு அணிந்திருந்தார். எல்லோரும் தாலி கட்டினபின் லேட்டாக வந்தார்கள். தாலி கட்டும் சமயம் இடி இடித்தது. சிலர் நல்ல சகுனம் என்றார்கள்.

மனோஜுக்கு அதெல்லாம் பொருட்டாகவே இல்லை. பக்கத் தில் அரக்கு கலர் புடைவையில் ப்ரமிளாவைப் பார்ப்பதே மனோகரமாக இருந்தது. ஒரே தினத்தில் வயசு ஆறு கூடி, தளதளவென்று முழுப் பெண்ணாகிவிட்டாள். சாதிக்கட்டின் அங்க சாட்சியங்கள் கிறக்கத்தை ஏற்படுத்தின. மெஹந்தியின் சித்திரங்கள் எழுதிய கையைப் பிடித்தபோது உள்ளத்தின் உள்ளே வலியை ரத்து செய்த வேல் பாய்ச்சியது போல உணர்ந்தான். கல்யாணம் முடிந்து எல்லாரும் மாதுங்காவுக்குக் காரில் நெருக்கமாகப் போகும்போது, சரிகையும் பட்டும் ரோஜாவும் அரபு செண்ட்டும் கலந்த ஒரு மணத்தில் சொர்க்க விவரங்கள் இருந்தன. முதன்முதலாக ஒரு பெண்ணை இஷ்டப்படி தொட்டுக்கொள்ள முடிகிறது என்பதே எந்த சாசனத்திலும் இல்லாத மகத்தான சுதந்தரமாக இருந்தது.

ஷண்பேகர் கல்யாணத்துக்கு ஒரு வினோதமான பரிசு, 'மேரேஜ் அண்ட் மாரல்ஸ்' என்னும் ரஸ்ஸலின் புத்தகமும் சோப்ஸ்டோ னில் ஒரு கஜுராஹோ சிலையும் கொடுத்திருந்தான். 'எப்போ தாவது தேவைப்படும்' என்றான். ப்ரமிளாவின் கையைப் பிடித்துக் குலுக்கினான்.

அன்று இரவே மனோஜுக்கு சாந்தி கல்யாணம் என்று ஏற்பாடு செய்திருந்தார்கள். பவானி ஜமக்காளம் போட்டு மாதுங்கா கிங்ஸ் சர்க்கிள் ஃப்ளாட்டில் படுக்கை ஏற்பாடு செய்திருந்தார்கள்.

யாருடைய ஐடியாவோ தெரியவில்லை. தமிழ் சினிமாவின் கற்பகம் காலத்திலிருந்து முதல் இரவு பாட்டுகளாகத் தொகுத்து ஒரு காஸட் பண்ணி வைத்திருந்தார்கள். ப்ரமிளா வளையல்கள் புலம்ப உள்ளே வந்து, 'எத்தனை கண்ணாடி வளையல். சப்தம் போடுது' என்றாள். அவற்றைக் கையைப் பிடித்து ஒவ்வொன் றாகக் கழட்டுவதிலேயே சுகம் இருந்தது. ஜன்னலைத் திறந்தால் எலக்ட்ரிக் ரெயில் தடக் தடக்கென்று அவன் இதயம் போலச் சென்றது. மனோஜ் கட்டியிருந்த பட்டு வேஷ்டியின் சரிகை அவன் காலைக் கீறி ரத்தக்கோடு பண்ணியிருந்தது. காலை எடுத்து வைக்கும்போது தொடையில் நெறி கட்டி வலித்தது. மனைவி மாரேஜ் அண்ட் மாரல்ஸ் புத்தகத்தைப் பிடுங்கித் தூர எறிந்தபோது கொஞ்சம் கோபம் வந்தது. அவளை ஹிந்தி சினிமா டூயட் போல் கழுத்தில் காதில் எல்லாம் முத்தமிடப் போனான். ப்ரமிளா, 'ஷேவ் பண்ணிக்கலையா, குத்துது...' என்றாள்.

பின்குறிப்பாக, 'குத்தினாப் பரவாயில்லை. நல்லாத்தான் இருக்கு...' என்றாள். அவன் கையை வாங்கிக்கொண்டு அதன் சிற்சில முயற்சிகளைத் தடுத்தாள். அந்தத் தடுப்பின் வலிமை கொஞ்சம் கொஞ்சமாகக் குறைந்துபோய் மற்றொரு உலகத்தில் இருவரும் நழுவிப்போனார்கள்.

பின்னிரவில் அவளை மறுபடி எழுப்பினான்.

காலை எழுந்தபோது, அவனை அசைத்து எழுப்பிய ப்ரமிளாவை 'வா' என்று கூப்பிட்டு, ஒரு விநாடி திடுக்கிட்டு எழுந்தான். அவன் மாமியார்!

'என்ன இத்தனை நேரம் தூங்கறீங்க! மகாபலேஷ்வர் போகணும்...'

'ப்ரமிளா எங்கே?'

'அவ எழுந்து குளிச்சிட்டு ரெடியா இருக்கா, நீங்கதான் பாக்கி.'

'ஒரு நிமிஷம்.'

'யு லுக் டயர்டு டூ' என்றாள்.

அதற்கு என்ன பதில் சொல்வது என்று புரியவில்லை.

ஆபீசிலிருந்து போன் வந்து பாஸ் கூப்பிட்டிருந்தார்.

‘கல்யாணம் ஆச்சில்லை... ஆபீசுக்கு வரதுதானே?’

‘இன்னிக்கா.’

‘ஆமாம்!’

‘நேத்திக்குத்தானே கல்யாணம் முடிஞ்சிருக்கு சார்.’

‘அது நேத்திக்கு. இன்னிக்கு என்ன? கல்யாணம் செய்துகொள்ள ரெண்டு மணி நேரம் போதுமே. நான் கல்யாண தினம் மத்தியானமே ஆபீஸ் வந்துட்டேன்.’

‘ஒரு வாரம் லீவு போட்டிருக்கேன் சார்.’

‘லீவு கான்சல்ட். ஆண்டெனா வந்துருச்சு. ஷிப் பண்ணியாச்சு, சைட்டுக்கு வாரண்டி எக்ஸ்பையர் ஆய்டும். உடனே வா.’

ப்ரமிளா மகாபலேஷ்வர் போகத் தயாராக, ஜீன்ஸ் எல்லாம் அணிந்து, தலையில் பெரிசாக சில்க் துண்டு கட்டி, கூலிங்கிளாஸ் போட்டிருந்தாள். அவளிடம், ‘மாதுரி தீக்ஷித் மாதிரி இருக் கிறாய்’ என்று யாரோ பொய் சொல்லிக் கொண்டிருந்தார்கள்.

‘ஒரு மணி நேரம் ஆபீஸ் போய்ட்டு வந்துர்றேன். நீங்கள் எல்லாம் ரெடியாறதுக்குள்ள வந்துருவேன்’ என்று அம்மாவிடம் சொல்லாமல் புறப்பட்டு விட்டான்.

ரயிலில் தன்னை யோசித்தான். கல்யாணமான மறு தினம் ஆபீசுக்குப் போகிறவர்கள் இருக்கலாம். அதில் கொஞ்சம் சந்தோஷம் கொள்பவர்கள் அதிகம் பேர் இருக்கமாட்டார்கள்! எதற்காக சந்தோஷம் என்று புரியவில்லை. ப்ரமிளாவின் நேற்றைய அனுபவங்கள் இவ்வளவுதானா? கல்யாணம் என்கிற ஒரு திகட்டல், கடைசிக் கசப்பை ஏற்படுத்திவிட்டது. மேலும் என்ன என்னவெல்லாம் இருக்கிறது? தெரியவில்லை. குழப்ப மாக இருந்தது. ஏதோ ஒரு விதத்தில் ஏமாற்றப்பட்டுவிட்டது போல உணர்ந்தான். யாருடைய துரோகம்? யார் செய்த துரோகம்? புரியவில்லை. தனக்குத்தானே துரோகம் இருக்க முடியுமா?

ஆபிசில் டெலக்ஸூம் ஃபாக்ஸூம் பறந்தன. ஷண்பேகரின் மேசையில் ஆஷ் டிரே நிரம்பியிருந்தது. மனோஜ் இன்ஸ்டலே ஷன் டிராயிங்குகளை ஒழுங்குபடுத்தினான். எல்.என்.ஏ.ஃபீட்

ஹார்ன் எல்லாம் டிஸைன் புதுசாக இருந்தது. போன தடவைக்கு இந்தத் தடவை எல்லாவற்றையும் மாற்றிவிட்டு, இன்னும் சின்னதாக, இன்னும் சுலபமாக, இன்னும் சிறப்பாகப் பண்ணி விட்டார்கள். அந்த மறைமுக அமெரிக்க விஞ்ஞானியை வியந்தான்.

ஷண்பேகர், 'எப்படி இருந்தது?' என்றான்.

'ஷண்பேகர், இதைவிட க்ரூடா கேக்க முடியுமா?'

'முடியும்!'

'வேண்டாம்!'

'தே ஆர் ஆல் தி ஸேம்' என்றான்.

'இல்லை ஷண்! திஸ் இஸ் டிஃபரண்ட்.'

'எந்த விதத்தில்?'

'அதை நான் ஏன் சொல்லவேண்டும்?'

'நாளை புறப்படவேண்டும் என்று சொல்லியிருக்கிறார் பாஸ்.'

'எங்கே?'

'கிராமத்துக்கு, உன் மகாபலேஷ்வர் கான்ஸல்ட்!'

பாஸின் அறைக்கு விரைந்தபோது அவர், 'லுக், ஜுலை பதினெட்டுக்குள் இன்ஸ்டலேஷன் பண்ணவில்லையெனில், வாரண்டி காலாவதி ஆகிறது. லட்சக்கணக்கில் நஷ்டம்' என்றார்.

'சார்! நான் கல்யாணம் பண்ணிக்கொண்டு ஒரு நாள் புதிய மனைவியுடன் இருக்கிறேன்' என்று கையில் இருந்த மஞ்சள் கயிறைக் காட்டினான்.

'ஒரே தீர்வு, அவளையும் அழைத்துச் செல்வதுதான்.'

4

மகாபலேஷ்வர் போகாததில் மாமியாருக்கு ரொம்ப வருத்தம்.

அவர்களும் வருவதாக இருந்தது. ‘என்ன ஆபீஸ் இது. மாப்பிள்ளை இந்தக் கணம் வேலையை விட்டு விடுவது நல்லது’ என்றாள்.

‘அதெப்படி’ என்று மாமனார் சொல்வதற்குள் மனோஜ் தீர்மானமாக, ‘என் வேலை, ராஜினாமா இதையெல்லாம் பற்றி நான் கவலைப்பட்டுக் கொள்கிறேன்’ என்றான்.

மாமியார் கோபப்படாமல், ‘இப்போது என் பெண்ணின் எதிர்காலமும் சம்பந்தப்பட்டிருக்கிறதல்லவா? அதனால் நாங்கள் உங்கள் நல்லதுக்காகச் சொல்வதைக் கேட்டுத்தான் ஆகவேண்டும்’ என்றாள்.

ப்ரமிளா வாக்மேன் மாட்டிக்கொண்டு இதையெல்லாம் கேட்காமல் ஜேனட் ஜாக்ஸனுக்குத் தாளம் போட்டுக் கொண்டிருந்தாள். அவள் ஆடைகள் சரியாக இல்லாதது இவனுக்குச் சங்கோஜமாக இருந்தது. ‘ப்ரமிளா, வேர் ஸம்திங் டீஸண்ட்’ என்று இவன் சொன்னது அவள் காதில் விழவில்லை. புன்னகைத்துக் கண்ணடித்தாள்.

‘குடும்பமே நட்டு’ என்று ஷண்பேகரிடம் சொன்னான்.

‘இப்போது சொல்லிப் பிரயோஜனம் இல்லை. என் கவலை எல்லாம் இந்தப் பெண்ணை நீ பின்குறிப்புப்போல அழைத்து வரப் போகிறாயா அல்லது வெட்டப் போகிறாயா?’

'ஒவ்வொரு நாள் ஒவ்வொன்று சொல்கிறார்கள். எனக்குக் குழப்பமாக இருக்கிறது...'

'நாலு நாள் திகட்டுகிற வரை காதல் பண்ணு. ஆனால், கிராமத் துக்குத் தனியாக வா. என்னால் கண்களில் காதல் மையிட்ட அரை இன்ஜினியருடன் சாஃப்ட்வேர் கான்ஃபிகர் பண்ண முடியாது!'

'ஏதும் என் பொறுப்பில் இருப்பதாகத் தெரியவில்லை. எதற்குத் தான் கல்யாணம் பண்ணிக்கொண்டேனோ?' என்றான்.

'கின்னஸ் ரெகார்டில் போடவேண்டும். கல்யாணமான இரண்டாம் நாள் விரக்தியடைந்த முதல் மதராஸி கணவன் நீதான்!'

'ஷண்! கேலியை விட்டுவிட்டு உருப்படியாக ஒரு யோசனை சொல், நண்பனே.'

'சொல்கிறேன். கோபப்படாமல், குறுக்கிடாமல் கேள். பெண்ணை அழைத்து எப்படியாவது முதல் பத்து, மிஞ்சிப் போனால் இரு வாரம் வைத்திருந்துவிட்டு அனுப்பிவிடு. அதற்கு மேல் அவளுக்குத் தாங்காது. பம்பாயில் இருந்தவர்கள் ஒரு வாரத்துக்கு மேல் கிராமத்தில் இருக்க முடியாது என்று ஒரு சர்வே சொல்கிறது.'

'பார்க்கலாம்' என்றான்.

வெள்ளிக்கிழமை மொத்தம் எட்டு பெட்டிகளுடன் தாதரில் சென்னை ரயில் ஏறினார்கள். ரயில் புறப்படும் வரை அம்மாவும் பெண்ணும் மூக்கைச் சிந்திக்கொண்டு, ஜன்னல் மூலம் பேசிக் கொண்டிருந்தார்கள். 'நீயும் போய்விட்டு வாயேன்' என்று அம்மாவிடம் ராமச்சந்திரன் யோசனை சொல்லிப் பார்க்க, அவரைக் கடுமையாக முறைத்துப் பார்த்தாள். ப்ரமிளாவுக்கு அத்தனை சினிமாப் பத்திரிகைகளையும் வாங்கிக் கொடுத்திருந் தாள். இடையே டிம்பிள், ஸன்னி தியோல் என்று பேச்சு அடிபட்டது. ஷண்பேகர் எதிர் சீட்டில் 'நியோஃபிலியா' என்று ஒரு புத்தகத்தில் ஆழ்ந்திருந்தான். மனோஜ் மாமனாருடன் பொது விஷயங்கள் பேசினான். 'மாப்பிள்ளை, ஒவ்வொரு ஜங்ஷனிலும் டோட்டுவை ஒருமுறை போய்ப் பார்த்துவிட்டு வந்துவிடுங்கள். டோட்டு இல்லையேல் ப்ராணனை விட்டுவிடுவாள்.'

'டோட்டு யார்?' என்றான் ஷண்பேகர்.

'என் நாய்' என்றாள் ப்ரமிளா.

'டோட்டு இப்போது நம்முடன் வருகிறதா?'

'ஆம், மூஞ்சியைக் கூடை கட்டி, வேனில் வருகிறது.'

'கடவுளே!' என்றான்.

'ஏன்?'

'ஒன்றுமில்லை. தி மோர் தி மெர்ரியர்! கம் ஒன், கம் ஆல். ஒரே ஒரு சிக்கல். கிராமத்தில் நம் மாப்பிள்ளை மற்ற வேலைகள் எதையும் பார்த்துக்கொள்ள முடியாது.'

'அதற்குத்தான் நீ இருக்கிறாயே!' என்று அவள் சொன்னதை ஷண்பேகர் நிச்சயமாக ரசிக்கவில்லை!

மனோஜை முறைத்துப் பார்த்தான்.

ஒன்றரை நாள் பிரயாணத்தில் ப்ரமிளா மூன்று அல்லது நான்கு முறை ஜன்னலுக்கு வெளியே பார்த்திருப்பாள். மற்ற நேரங்களில் சினிமாப் பத்திரிகைகள் படித்தாள். அல்லது மனோஜைக் கண்கொட்டாமல் பார்த்தாள்.

ஷண்பேகருக்கும் ப்ரமிளாவுக்கும் சம்பாஷணை இவ்வாறு இருந்தது. 'ஷண்! உனக்கு ஆக்டர்ஸ் யார் பிடிக்கும்?'

'ஜேம்ஸ் டீன்.'

'எனக்கு கோவிந்தாதான் பிடிக்கும். மனுகூட கோவிந்தா மாதிரி இல்லை? நீங்க 'ஃபூல் பனே அங்காரா' பாத்திங்களா?'

'இல்லை. நான் அதிகம் சினிமா பார்க்கறதில்லை.'

'நான் ஒரு நாளைக்குக் குறைந்தது ரெண்டு வீடியோ பார்ப்பேன்.'

'வி.ஸி.ஆர் கொண்டு வந்திருக்கீங்களா?' என்றான் கவலையுடன்.

'இல்லாம? வி.ஸி.ஆர் இல்லாம எப்படிப் பொழுது போகிறதாம்!'

'மனோஜ்!' என்று அதட்டினான்.

மனோஜ், 'இது என் தீர்மானமில்லை!' என்றான்.

'அது என்ன புத்தகம்?'

'உனக்குப் புரியாது!'

'அதோ பார், மலை மேல ஆட்டுக் குட்டி.'

'இண்ட்ரஸ்டிங்.'

ஷண்பேகர் பாத்ரூம் போயிருக்கிறபோது 'நீ அவனிடத்தில் ஆட்டுக்குட்டி, இந்தி சினிமா எல்லாம் பேசாதே' என்றான் மனோஜ்.

'ஏன்?'

'அவன் ஒருமாதிரி...'

'பைத்தியமா?'

'இல்லை, ரொம்பப் படித்தவன். கம்ப்யூட்டர் விற்பன்னன். அவனுக்குப் பிடிக்கிற விஷயங்கள் நமக்குப் பிடிக்கிறதில்லை... நமக்குப் பிடிக்கிற விஷயங்கள் அவனுக்குப் பிடிக்காது.'

'அவன் கூடப் பேசவேண்டாமா?'

'அப்படியில்லை.'

'பேசலை.'

ஷண்பேகர் திரும்பி வந்ததும் ப்ரமிளா மௌனமாக இருந்தாள். முதல் முதலாக அந்தப் பெண் அப்படி ஒன்றும் எளிதானவள் அல்ல என்று அறிந்துகொண்டான்.

சென்ட்ரல் ஸ்டேஷனில் பி.ஆர். டிப்பார்ட்மெண்டிலிருந்து வாசுதேவன் நாயர் வந்திருந்தார். ப்ரமிளாவைப் பார்த்து, 'இவங்களும் உண்டா?' என்றார்.

'ஆமாம். கூட வரப் போறாங்க.'

''ஒரு ரூம்தானே இருக்கு...'

'லெட்ஸ் ஸீ...'

வாசுதேவன் மிகுந்த கவலையுடன், அங்க வேற எதும் கிடை யாது சார்...' என்றான் அழாக்குறையாக.

'ஆரம்பாக்கத்தில?'

'ஆரம்பாக்கத்திலதான் தங்கப் போறீங்க...'

'ஏதாவது வீடு கீடு வாடகைக்கு எடுக்கலாம் வாசுதேவன். கவலைப்படாதீங்க. ஆண்டெனாவைப் பற்றிக் கவலைப்படுங்க. எக்விப்மெண்ட் போச்சா?'

'போயிண்டு இருக்கிறதாக்கும் பதுக்க! ஸ்டேட் ஹைவேவரை மோசமாக்கும். மழை வந்து குண்டும் குழியுமா இருக்கு. வளர டைவர்ஷன். ஆண்டெனா ட்ரெய்லர்தான் கவலையா இருக்கு. ஒண்ணு ரெண்டு பாலம் ரொம்ப மோசம். ஸப்காண்ட்ராக்ட் விட்டிருக்கேன். இன்ஷுரன்ஸ்காரங்க வரலை இன்னும். அவங் களும் எஸ்கார்ட் பண்ணணும்ங்கறாங்க.'

'மற்ற பெட்டிகள் எல்லாம்?'

'போய்ச் சேர்ந்திருக்கு.'

'கம்ப்யூட்டர் பாக்ஸ் போயிருக்கில்லை?'

'போயாச்சு. நீங்க தொடங்கலாம். ஆண்டெனாதான் சிரமப்படும். முதல்ல சைட்டைக் கிளியர் பண்ணணும். அதில் ஒரு சிக்கல் உண்டு...'

'என்ன?'

'நீங்க முதல்ல போய் செட்டில் ஆகட்டும். இன்னைக்கே எல்லா துக்கச் செய்தியையும் சொல்லிட விரும்பலை.'

'ஷண்பேகர் மனோஜும் பார்த்துக்கொண்டார்கள்.

'மனு, டோட்டுவை எடுத்துட்டு வரணும்,' என்றாள் ப்ரமிளா.

'டோட்டுன்னா?'

'நாய், நாயர்.'

'இது என்ன? பிக்னிக்கா வந்திருக்கீங்க?' என்று பெட்டி எல்லாம் பார்த்தார்.

கடைசி வண்டிக்குப் போய், டோட்டுவை விடுவித்து, அதைக் கன்னத்தில் வைத்துத் தேய்க்க, அது இரண்டு நாள் தனிமையை அவளிடம் சொல்லி 'என்னை இப்படி விட்டுவிட்டுப் போய் விட்டாயே!' என்று புகார் செய்வது போல் அழுதது. மனோஜ் அதை வாங்கிக்கொள்ள முயற்சி செய்தபோது உறுமியது. ஷண்பேகரையும் அதற்குப் பிடிக்கவில்லை.

மாருதி ஜீப்பில் பின்பக்கம் ப்ரமிளாவின் பெட்டிகளே ஆக்கிர மிக்க, வாசுதேவன் பாவம் ரொம்ப ஒண்டிக்கொண்டு உட்கார்ந் திருந்தார். ஸ்டேஷனிலேயே காலை உணவு முடித்துவிட்டு, ஆரம்பாக்கம் நோக்கிப் புறப்பட்டார்கள். வெயில் இப்போதே கடுமையாகிக்கொண்டிருக்க, மழையற்ற பூமி பல இடங்களில் பிளந்திருந்தது. அங்கங்கே பம்ப் செட் முயற்சிகளால் ஸ்டாம்பு ஒட்டினாற்போல பசுமை தெரிந்தது. குமுலஸ் மேகங்கள் காற்றோடு சீண்டிக்கொண்டிருந்தன. முன்னும் பின்னும் லவுட் ஸ்பீக்கர் அமைத்த வண்டிகள் சினிமாவையோ அரசியலையோ பிரகடனித்துக்கொண்டு அடிக்கடி கடந்தன. லாரிகளில் முன் பகுதியில் பிரயாணிகள் குந்தி உட்கார்ந்திருக்க, புழுதி பரப்பி அலறிக்கொண்டு ஒவ்வொரு முறையும் கடந்தபோதும் தார் ரோட்டை விட்டு இறங்கவேண்டியிருந்தது. டிரைவருக்கு அருகில் உட்கார்ந்திருந்த ப்ரமிளா அடிக்கடி டிரைவர் மேல் சாய வேண்டியிருந்தது.

'கான்வாய், போற வழியில பார்க்கலாம்' என்றார் நாயர்.

புத்தூர் என்கிற சுமாரான டவுன் அருகில் ஆண்டெனா கான்வாய் மூன்று வண்டிகள் நீண்ட ட்ரெய்லரில் காத்திருந்தது. சிவப்புக் கொடியும் எச்சரிக்கை விளக்குமாக.

'என்னப்பா?'

'கல்வர்ட் கனம் தாங்காதுங்க. பெட்டிங்களை இறக்கித் தனித் தனியாகத்தான் கடத்திக்கிட்டு மறுபடியும் லோடு பண்ணிட்டுப் போகணும்.'

'எத்தனை நாளாகும்?'

'இதுக்கே மூணு நாள் ஆயிடும்.'

'இம்மாதிரி எத்தனை கல்வர்ட்டு இருக்கு?'

‘பத்தோ பன்னெண்டோ சொல்றாங்க இன்ஷுரன்ஸ்காரங்க.’

‘நாசமாப் போச்சு!’

ஷண்பேகர் ‘என்ன சமாசாரம்?’ என்றான். மொழிபெயர்த்துச் சொல்ல, ‘சூப்பர்! என் புத்தகங்கள் எல்லாம் ஒன்பது நாளிலே தீர்ந்து போய் ப்ரமிளாவின் சினிமா புத்தகங்கள்தான் பாக்கி இருக்கும்’ என்றான்.

அவன் கேலி அசந்தர்ப்பமாக இருந்தது. ப்ரமிளா ஆலமரத்தடியில் உட்கார்ந்திருந்தாள். டிரைவர் அவளிடம் பொதுவாகப் பேசிக்கொண்டிருந்தான். அதன் காரணத்தை அறியாமல், அவனுடன் இனிமையாகப் பேசிக் கொண்டிருந்தாள். மனோஜுக்கு எரிச்சல் வந்தது.

ஆரம்பாக்கத்தை வந்தடைந்தபோது ஊரே இருட்டாக இருந்தது.

5

ஆரம்பாக்கம் என்கிற ஊருக்கு மின்சாரம் வந்து விட்டாலும் ட்ரான்ஸ்ஃபார்மர்களில் இறங்கி இறங்கிக் கடைசியில் 220 வோல்ட்டு 100 வோல்டுக்கு வந்துவிட்டதால் ஊரே அரிக்கேன் விளக்கு போட்டாற்போலத் தோன்றியது. டோட்டு ஊளையிடத் தொடங்க, நாட்டு நாய்கள், இது யார் புதுசாக இருக்கிறதே என்று விசாரிக்க வந்தன. ப்ரமிளா தன் நாயை எடுத்து அணைத்துக் கொண்டாள். ஷண்பேகர் ராத்திரி படிக்கமுடியாத கவலையுடன் ஓட்டல் வாசலில் இருந்த கடையில் மெழுகுவர்த்தி விசாரித்துக் கொண்டிருக்க, ப்ரமிளா வெறுமனே நின்றுகொண்டிருந்தது மனோஜுக்கு ஆத்திரமாக இருந்தது.

எதற்கு இத்தனை பெட்டி என்று கேட்க விரும்பவில்லை. இருக்கிறது ஒரே அறை என்று ஊர்ஜிதமாகி, ஷண்பேகர், 'கிராமத்தில் டேக்கிதார் யாராவது வீட்டில் போய்ப் படுத்துக் கொள்கிறேன்; என்ஜாய் யுவர் ஹனிமூன்' என்று சொல்லி விட்டுக் காணாமற் போய்விட்டான்.

அரை இருட்டில் நல்ல பசி இருந்தாலும் நாயர் கொண்டுவந்த சோறு உறைப்பாக இருந்ததால் ப்ரமிளா சாப்பிடவில்லை. டோட்டு முனகிக்கொண்டு இருந்தது. ஜுரம் என்றாள்.

இத்தனை அசௌகரியங்கள் இருந்தும் இருவரும் ஒருவரை ஒருவர் அணைத்துக்கொண்டுதான் தூங்கினார்கள்.

பம்பாயில் இல்லாத பறவைக் கானங்களும் கோழி கூவல்களும் ஒலிக்கக் காலைச் சூரிய கிரணங்கள் அவர்களை எழுப்ப,

வாசுதேவன் நாயர் காப்பி போட்டுக் கொண்டுவந்து கொடுத்தார். அதை வாங்கிக் குடித்துவிட்டு ப்ரமிளாவை இன்னும் கொஞ்சம் நேரம் தூங்கச் சொல்லிவிட்டுக் கிராமத்தை நோக்கிப் புறப்பட்டான்.

ஷண்பேகர் குளித்திருந்தான்.

வாசுதேவன் அவர்களை முதலில் டெபுட்டி கமிஷனரின் அலுவலகத்துக்கு அழைத்துச் சென்றார். டி.ஸி. என்று அழைக்கப்பட்ட அந்தப் பேர்வழி ட்ரான்ஸ்ஃபருக்காகக் காத்திருந்து நொந்துபோயிருந்தவர்போலத் தோன்றினார். 'இங்கே போய் எதற்கு? வேற இடமே அகப்படலையா உங்களுக்கு?' என்றார்.

'வள்ளிக்குப்பம்தான் சரியான இடம்னு வெள்ளைக்காரன் சொல்லியிருக்கான் சார்.'

'வெள்ளைக்காரனுக்கு வள்ளிக்குப்பம் எப்படித் தெரிந்தது?' என்று தன் அருகாமை கிளார்க்கைப் பார்த்துக்கொள்ள, அவர் மிகையாகச் சிரித்தார்.

ஷண்பேகர், சைட் செலக்ஷன் முறையை விவரமாக அவருக்கு வருணித்தான். அதில் ஒரு அட்சரம் புரிந்திருக்காது. 'மேன் மேட் நாய்ஸ்' என்றதும் ஒருமுறை சிரித்துக்கொண்டார். அவர்களுக்கு கெரஸின், டீஸலுக்கு பர்மிட் தந்தார்.

'ஒரு குக் கிடைச்சாத் தேவலை' என்றான் மனோஜ்.

'ஃபேமிலியோட வந்திருக்கார்.'

'அப்படியா!' என்று முகம் மலர 'எங்க வீட்டுக்கு வந்துருங்களேன். என் ஒய்ஃபுக்குப் பொழுதுபோக்கா இருக்கும்' என்றார்.

'பார்க்கலாம், முதல்ல சந்திக்கலாம்.'

ஆரம்பாக்கத்திலிருந்து பஸ்ஸில் செடுப்பாக்கம் சாலையில் சென்றார்கள். எதிரே கான்வாய் கல்வர்ட்டில் காத்திருந்து கடந்து, பஸ் அவர்களை வள்ளிக்குப்பத்தில் இறக்கியது.

கையில் உள்ளதை எல்லாம் வாங்கிக்கொள்ள ஒரு கும்பலே வந்து பஸ்ஸைச் சூழ்ந்துகொண்டது. 'எல்லோரும் ப்ராஜெக்டில் கூலி வேலைக்கு' என்றார் வாசுதேவன்.

‘இத்தனை ஆளா?’

‘மஸ்டர் ரோலில் போட்டிருக்கிறேன்.’

‘பெண்கள் வேண்டாம்.’

‘ஷண்பேகர், ‘இருக்கட்டும், அவ்வப்போது ஓய்வு தேவையாக இருக்கும்’ என்றான்.

வாசுதேவன் புரியாமல் சிரித்தார்.

கிராமத்து மணியக்காரர் என்று அழைக்கப்பட்டவர் அவர்களை வரவேற்று கயிற்றுக் கட்டிலில் இளநீர் கொடுக்க வைத்தார். சுகமாகக் காற்று வீச, கொஞ்சம் மாட்டு மூத்திர நாற்றம் அடித்தாலும், பரவாயில்லைபோல இருந்தது. மனோஜ் பெண்டாட்டியை விட்டு வந்தோமே என்று வருத்தப்பட்டான்.

‘சாமான்கள்ளாம் வந்திருச்சா? கலிக்டருகிட்டருந்து கடுதாசி வந்திருச்சுங்க. பொறம்போக்குதான் இடம். கொஞ்சம் கொஞ் சம் கேவரகு, மளை வந்தா விதைப்போம். இந்த வாட்டி வாணாம் னுட்டோம். எல்லாம் தயாராத்தான் இருக்குதுங்க. கிராமத்தில வேலை வெட்டி கெடைச்சா நல்லது’ என்றார் மணியக்காரர்.

பசுமாடுகளும் எருமை மாடுகளும் கட்டிய மாட்டுக் கொட்ட கைக்கு அருகே ‘காம்புஸ்’ என்று சாக்பீஸால் எழுதியிருந்தது. பால் கொண்டுவந்து கொடுத்தார்கள். லோட்டா உயரமாக இருந்தது.

ஷண்பேகர் ஒரு பெண்ணிடம், ‘உன் பெயர் என்ன?’ என்றான். ‘முப்பது நாட்களில் தமிழ்’ என்கிற புத்தகம் வாங்கியிருந்தான்.

அந்தப் பெண் பதில் சொல்லாமல் மரத்துக்குப் பின்னால் மறைந்துகொண்டாள்.

‘ஷண், ஈஸி! நாட் தட் ஃபாஸ்ட்’ என்றான் மனோஜ்.

ஜீப்பில் பதினைந்து பேர் ஏறிக்கொள்ள, அவர்களில் சிலரை உதிர்க்கவேண்டியிருந்தது. ஒரே சமயம் பத்துப் பேர் வழி சொல்ல சைட்டை அடைந்தார்கள்.

நல்ல மேட்டுப் பகுதி. பீடபூமி போலத் தட்டையாகவும் இருந்தது. நன்றாகத்தான் தேர்ந்தெடுத்திருக்கிறார்கள் என்று தோன்றியது.

டீக்வுட் க்ரேட்டுகளில் சாதனங்கள் வந்து இறங்கியிருந்தன. தார்பாலின் போட்டு மூடியிருந்தார்கள்!

சிவில் ஆசாமி கை குலுக்கி சைட் கட்டடம் ரெடியாக இருப் பதாகச் சொன்னான். ஷண்பேகர், 'என் கம்ப்யூட்டர் பெட்டிகள் எங்கே?' என்று கேட்டான்.

மனோஜ் அந்த இடத்தைப் பார்த்தான். கட்டடத்துப் பக்கம் நடந்து சென்றான். போகிற வழியில் ஒரு மாமரம் மட்டும் இருந் தது. 'ஸைடு லோப்'களைப் பிரதிபலிக்கும் என்று தோன்றியது.

'ஏங்க மணியக்காரரே, உங்க பேரு என்னங்க?'

'பொன்னையாங்க அய்யா.'

'பொன்னையா. இந்த மரத்தை வெட்டிரணும். நாளைக்கு நாலு ஆளும் கோடாலி எல்லாம் கொண்டு வந்துருங்க. என்ன?'

மணியக்காரர் பொன்னையாவின் முகம் சற்று மாறியது.

'மரம் இருந்துட்டுப் போவட்டுங்க. கட்டடம் அந்தாலைல்ல இருக்குது.'

'இல்லைங்க. மரம் இருந்தாக் கொஞ்சம் குழப்பம் ஏற்படும். முதல்லயே வெட்டிருக்கணும். அவங்க சொல்லலை?'

'சொன்னாங்க. சைட்டு இன்ஜினியரு வரட்டும்னு சொன்னாங்க.'

'வெட்டிருங்க' என்றான்.

பக்கத்தில் இருந்தவர்கள் எதற்காகக் கூடிப் பேசிக் கொள்கிறார் கள் என்று தெரியவில்லை. மரத்தின் வேரடியில் குங்குமமும் மஞ்சளும் வைத்திருந்ததை ஷண்பேகர் கவனித்து 'லக்' என்று அதை வணங்கினான்.

கிராமத்து இளைஞர்கள் கும்பலாக என்ன பேசிக் கொண்டிருக் கிறார்கள் என்று அறிய முடியவில்லை. எல்லோரும் வாசு தேவனைச் சூழ்ந்துகொண்டனர்.

வாசுதேவன் அவர்களைத் தனியாக அழைத்து விசாரித்தார்.

மனோஜ் சிமெண்டு கட்டடத்துக்குப் போனான். வெளியே டிஸ்டம்பர் அடிக்காவிட்டாலும் உள்ளே ஃபினிஷ் ஆகியிருந் தது. பின்னால் ஜெனரேட்டர் ரூம் இருந்தது. வேலிக்கு மரக்

கம்பங்கள் நடப்பட்டிருந்தன. நல்ல உயரமான ஸ்தலம். ஜன்னல்
வழியாக எட்டிப் பார்த்ததில் பல மைல் தூரம் பூமி பச்சையும்
சிவப்புமாக மடங்கியும் உருண்டும் சென்று கொண்டிருந்தது.
தொடு வானம். எப்போதாவது ஒரு பஸ், இரைச்சலில்லாமல்.

'பர்ஃபெக்ட்' என்றான். 'நல்ல சைட், மரத்தைத் தவிர.'

'மரம் நாளை வெட்டப்படும்.'

'எனக்குச் சந்தேகமாக இருக்கிறது.'

'ஏன்?'

'அந்தக் கிராம மக்கள் கூடிப் பேசுவதைப் பார்த்தால் மரம்
வெட்டுவதற்கு அவர்களுக்கு ஏதோ தயக்கம் இருக்கவேண்டும்
என்று தோன்றுகிறது.'

'மரம் இருந்தால் ஆண்டெனா பாட்டர்ன் பாதிக்கப்படும்.
இன்ஸ்டலெஷன் மானுவலைப் பார். ரிப்போர்ட்டில் மரத்தை
வெட்டவேண்டும் என்று போட்டிருக்கிறது. பார்க்கலாம்.'

'பார்க்கலாம் என்ன பார்க்கலாம்! இப்போதே இந்த மேட்டரைத்
தீர்த்து விடுவது நல்லது. பொன்னையா... பொன்னையா... இங்க
வாங்க.'

பொன்னையா, 'என்ன எஜமானரே?' என்றார் பயபக்தியுடன்.

'இந்த மரத்தை வெட்டறதில ஏதும் தயக்கம் இல்லைதானே.'

'வெட்டித்தான் ஆகணும்னா வெட்டிரலாம். ஆனா...'

'ஆனா என்ன?'

'அதில ஒரு முனீஸ்வரன் இருக்காரு.'

'மரத்துக்குள்ளயா?'

'ஆமா'

'மரத்தைப் பார்த்தா ஒல்லியா இருக்குது.'

'ஆளு இல்லைங்க.'

'பின்ன?'

‘ஆவி.’

‘மனோஜ் சிரித்தான். ‘அதனால்?’

‘வெட்டிட்டா முனீஸ்வரன் கோவிச்சுப்பாரு.’

‘கோவிச்சா?’

‘காவு வாங்கிருவாருங்க.’

‘என்னங்க, எந்த நூற்றாண்டில் இருக்கீங்க. இங்க வெக்கப் போற சமாசாரம் என்ன தெரியுமா? ஸட்காம் சாட்டிலைட்டுன்னு மேல பறக்க விட்டிருக்காங்க. பூமிக்கு முப்பதாயிரம் கிலோமீட்டர் உயரத்தில். அதில் தொடர்பு கொண்டு ஒலகம் பூராப் பேசப் போறோம். பாடப் போவுது. படம் வரப் போவது. இந்த யுகத்தில் முனீஸ்வரன் கோவிப்பாரா... காவு வாங்குவாரா... என்ன சொல்றீங்க நீங்க?’

‘அதெல்லாம் சரிதாங்க. ஆனா நடந்திருக்குதே.’

‘என்ன?’

‘இதுவரை ரண்டு மூணு காவு வாங்கியாச்சே. ரத்தம் கக்கி ஜனம் செத்துட்டாங்களே.’

மனோஜ், ‘இப்ப என்ன சொல்றீங்க?’ என்றான்.

‘எங்க கிராமத்தில் யாரும் அந்த மரத்தை வெட்ட மாட்டாங்க.’

‘அவ்வளவுதானே! வாசுதேவன் ஒண்ணு செய்யுங்க. ஆரம் பாக்கம் போய் நாளைக்கு வேற நாலு ஆளுங்க கூட்டிக்கிட்டு வாங்க.’

‘எஸ் மிஸ்டர் மனோஜ்.’

‘வெளியூர் ஆளுங்க வந்து வெட்டினா ஒங்களுக்கு ஆட்சேபணை இல்லையே!’

‘ஏதோ செய்யுங்க’ என்று ஏமாற்றத்துடன் போனார்.

மனோஜ், ஷண்பேகருக்கு விவரமாக மொழிபெயர்த்துச் சொன்னான். ‘நான்சென்ஸ்’ என்றான் அவன்.

'ஏதாவது சாந்தி பண்ணணுமா, பேய் கீய் ஓட்டணுன்னாச் செய்துரலாம்' என்றார் வாசுதேவன்.

'நாம் சாட்டிலைட்டு வெக்க வந்தமா, பேய் ஓட்ட வந்தமா?' என்றான் மனோஜ்.

ஆரம்பாக்கத்துக்குத் திரும்பி வந்தபோது அறையில் ப்ரமிளா இல்லை.

6

ப்ரமிளா இல்லை என்றதும் மனோஜுக்குத் திடுக் என்றது. மாமரம், முனீஸ்வரன் எல்லாம் அனாவசியத்துக்கு ஞாபகம் வந்தது. 'திரும்ப பம்பாய் போய்விட்டாளா?' என்று கேட்டு ஷண்பேகர் வெறுப்பேற்றினான். நிதானமாக விசாரித்ததில் ப்ரமிளாவை டி.ஸி.யின் வீட்டுக்கு அவர் மனைவி அழைத்துக் கொண்டு போயிருக்கிறாள் என்று தெரிந்தது.

அங்கு சம்பிரமமாகத் தரையில் உட்கார்ந்துகொண்டு, சின்னப் பாப்பாவுக்குக் கிளுகிளுப்பை காட்டிக்கொண்டிருந்தாள். அருகில் டோட்டு சமர்த்தாக காட்டிக்கொண்டிருக்க, பாப்பா அதன் காதை இழுத்துக்கொண்டிருந்தது.

ஷண்பேகர், 'நீ பம்பாய் போகவில்லையா?' என்றான்.

'பம்பாயா!' என்றாள் புரியாமல்.

டி.ஸி.யின் மனைவி நித்யா அவர்களுக்குக் காபி போட்டுக் கொடுத்துவிட்டு, 'ப்ரமிளா ரொம்ப சுவாரஸ்யமான பெண். எனக்கு ப்ரமிளாவைப் பிடித்துப் போய்விட்டது. ப்ராஜெக்ட் முடியும்வரை என்னுடனே இருக்கட்டும்!' என்றாள்.

ப்ரமிளா 'நான் இன்னும் ஒப்புக்கொள்ளவில்லை. மனோஜைக் கேட்டுச் சொல்கிறேன் என்று சொல்லியிருக்கிறேன்' என்றாள்.

மனோஜ், 'உங்களுக்குத்தான் ரொம்பச் சிரமம்' என்றான்.

'அய்யோ, சிரமமே இல்லை. சமையல் பண்ணும்போது குழந்தையைப் பார்த்துக்கொள்வாள். நாணா அவளிடம் ரொம்ப

ஒட்டிக்கொண்டு விட்டான். மடியை விட்டு இறங்க மாட்டேன் என்கிறான்.'

மனோஜுக்குக் குழப்பமாக இருந்தது. 'பார்க்கலாம்' என்றுதான் சொன்னான். அவள் தங்க இடம் கொடுப்பது ப்ரமிளாவுக்கு மட்டும் என்று தோன்றியது.

கிளம்பும்போது நித்யா ப்ரமிளாவுக்கு குங்குமம் கொடுத்தாள். 'முனீஸ்வரன் குங்குமம்' என்றாள்.

'எந்த முனீஸ்வரன்?'

'வள்ளிக்குப்பம் மாமர முனீஸ்வரன். ரொம்பச் சக்திவாய்ந்த தெய்வம்.'

மனோஜுக்கு முகம் ஒருமாதிரி ஆனதை ஷண்பேகர் கவனித்தான்.

'நாளைக்குக் காலையில் கொண்டுவந்து விட்டுவிடுங்கள் ப்ரமிளாவை' என்றாள்.

'என்ன சொல்றீங்க?' என்றாள் ப்ரமிளா.

தெருவில் அவர்களை எல்லாரும் வேடிக்கை பார்ப்பது போலத் தோன்றியது.

'நிச்சயம் இங்கே நாம் அன்னியர்கள். வேறு உலகத்து மனிதர்கள்' என்றான் ஷண்பேகர்.

'ரொம்ப வற்புறுத்துகிறாள். போய் இருக்கட்டுமா?'

'உன் இஷ்டம்' என்றான்.

'உங்களுக்கு விருப்பமில்லை என்றால் நான் போகவில்லை.'

'நாளை சொல்கிறேனே...' என்றான்.

இரவே தீர்மானிக்கப்பட்டது. ஓட்டல் அறையில் மங்கலான இருட்டில் ஏதோ உறுத்துகிறது என்று பார்த்தால் பூரான். அவள் அலறியதை ஊரே கேட்டிருக்கும்.

'இந்த மாதிரி பம்பாயில் பார்த்ததே இல்லை' என்றாள்.

காலை சைட்டுக்குக் கிளம்பும்போது, அவளை டி.ஸி.யின் வீட்டில் கொண்டுவிட்டுப் போனான். மாமரம் வெட்ட ஆட்கள் வரவில்லை.

'என்ன பொன்னையா, வெளியூர் ஆளுங்களைக் கூட்டிவான்னு சொன்னனில்லை?'

'அது என்னாச்சுங்க... ஆளுக்குச் சொல்லி வெச்சிருந்தேன். அவன் ராத்திரி காயலா படுத்துட்டானாம். மத்யானம் வருவாங்க' என்றார்.

'வில்லேஜ்ல இந்த மரத்தில இருக்கிற தெய்வத்தை வேற இடத்தில் ப்ரதிஷ்டை பண்ணிறச் சொல்லுங்க. அதுக்கான செலவையெல்லாம் ஏத்துக்கறோம்.'

'ஆவட்டுங்க. அது கொஞ்சம் காட்டுத் தெய்வம். கோவிக்கும்! அதுக்குத்தான் பார்க்கறேன். யோசிச்சுச் சொல்றங்க.'

'என்ன யோசிச்சாலும் மரம் வெட்டியாகணும்! அது பக்கத்தில் இருந்தா இந்த சாதனங்கள்ளாம் கொஞ்சம் ராங்கி பண்ணும்.'

'அந்த இடத்தை விட்டு வேற இடத்தில வெக்க முடியாதுங்களா தள்ளி?'

'பாருங்க, இந்த இடத்தைத் தேர்ந்தெடுத்து லாண்ட் அக்வயர் பண்ணி, இதுவரைக்கும் பதினெட்டு லட்சம் ரூபாய் செல வழிச்சாச்சு. மூணு மாசத்துக்குள்ள ஸ்டேஷன் வந்தாகணும். அது வைக்கறதால இந்த கிராமத்துக்கு சுபிட்சங்க. ஒரு நூறு பேரு வேலை செய்வாங்க. அவங்ககிட்ட நிறையப் பணம் புரளும். குவார்ட்டர்ஸ் கட்டுவோம். இந்தப் பிரதேசத்துப் பொருளா தாரமே மாறிப்போயிடும். ஒரு மரத்துக்காக அதையெல்லாம் இழக்காதீங்க, என்ன...'

'சரிங்க' என்றார் மையமாக நின்றவர்.

ஷண்பேகர் கம்ப்யூட்டர் பெட்டிகளைத் தனிப்படுத்தினான். சின்னச் சின்ன டிஸ்க்கையெல்லாம் வரிசைப்படுத்தினான்.

வி-சாட்டின் சிறிய டிஷ்ஷை முதலில் அமைத்தான்.

'முதல்ல வி-சாட்டை இன்ஸ்டால் பண்ணிர்றேன். மூன்று மணி நேரம்தான் ஆகும். முதல்ல கம்யூனிகேஷன் சானல் வெச்சுக்

கறேன். அப்புறம் கேயு பாண்ட் பெரிய வேலையை ஆரம்பிக் கலாம்' என்றான்.

'என்ன செய்வாயோ, முதலில் டெலிபோன் இணைப்பைக் கொடுத்துவிடு. எனக்கு டாலியுடன் பேசியே ஆகவேண்டும்.'

'சரிதான்.'

சோலார் பானல்களை விரித்து, பாட்டரி நல்ல சார்ஜ் எடுப்பதற் காக, ஃப்ளாட்டாகப் போட்டான். சர்வீஸ் சானலை அமைத்து வி.எஸ்.என்.எல்லுடன் பேசினபோது, குதூகலமாக இருந்தது. எங்கோ தேச மூலையில், ரோடில்லாத, வீடில்லாத தனிப் பிரதேசத்துக்கு, உலகத்து அத்தனை சங்கதிகளும் கிடைக்கப் போகின்றன. சாட்டிலைட்டுகள் மூலம் பன்னாட்டுத் தொடர்பு களை ஏற்படுத்தலாம் என்கிற சித்தாந்தத்தை முதலில் முன் வைத்த ஆர்தர் கிளார்க்கை வியந்தான்.

ஷண்பேகர் தன் சொந்த பி.ஸி.யை தரையில் வைத்து அதன் கீபோர்டில் கீச் கீச் என்று ஒத்த ஆரம்பித்தான். கிராமத்து மக்கள் அனைவரும் ஜன்னல் வழியாக வேடிக்கை பார்த்துக் கொண் டிருந்தார்கள்.

'என்னடா அது?'

'லேடியோ.'

'லேடியோ இல்லடா. பச்சயாத் தெரியறது பாரு!'

'எளுத்துக் காட்டுது பார். டிலிமிசன்னு சொல்றாங்களே அதா?'

'அய்யா, எம்.ஜி.ஆர் படம் வருங்களா இதில?'

ஷண்பேகர், 'வாட்ஸ் தட்?' என்றான்.

'தமிள்காரங்க இல்லைடா அவங்க.'

'ஒருத்தர் தமிள் பேசறாருடா.'

'என்னால் தினம் தினம் வந்துகொண்டு இருக்க முடியாது. சிஸ்டம் கால் எல்லாம் சரியாகவே இல்லை. டிகிரிப்ட் ஆகியிருக் கிறது. அதனால் இங்கேயே தங்கியிருக்க உத்தேசம். யாரை யாவது காவலுக்கு ஏற்பாடு செய்' என்றான் ஷண்பேகர்.

மரம் வெட்ட இருவர் மத்தியானம் வந்தார்கள். நோஞ்சலாக, ஆயுதம் எதும் இல்லாமல் வந்தார்கள்.

'எங்கய்யா, கோடாலி ஏதும் கொண்டு வரலை?'

'முதல்ல ரேட்டு பேசிரலாம்னு சொன்னாங்க.'

'என்ன ரேட்டு சொல்லுங்க.'

'அறுநூறு ரூபா கொடுத்துருங்க' என்றான், ரொம்பக் கேட்டு விட்டதில் மனோஜின் முகத்தில் கோபத்தை எதிர்பார்த்து.

'அவ்வளவுதானே, சரி' என்றான் மனோஜ்.

இத்தனை சுலபமாக முடியும் என எதிர்பார்க்காமல் மரத்தை அணுகினார்கள். கன்னத்தில் கை வைத்துக்கொண்டு சுற்றிலும் வந்தார்கள். ரொம்பச் சின்ன மரம். ரெண்டு மணி நேரத்தில் வெட்டிரலாம்.

'என்னங்க, குங்குமம் இட்டிருக்கு?'

'அது என்னவோ கிராமத்துக்காரங்க இட்டிருக்காங்க. ரொம்பக் கேள்வி கேக்காதீங்க. வெட்டிருங்க.'

அப்போது அவர்களை நோக்கி ஒரு காவி வேட்டிக்காரர் வந்தார். நெற்றியில் திருநீறும் முகத்தில் தாடியுமாக, 'வணக்கங்க' என்று மனோஜைப் பார்த்துக் கும்பிட்டார். 'வணக்கங்க' என்றார் ஷண்பேகரையும் பார்த்து.

'வணக்கம்' என்றான் மனோஜ்.

'முனி மரத்தை வெட்டறதா யாரோ சொன்னாங்க.'

'நான்தான் வெட்டச் சொன்னேன்.'

'முடியாதுங்க' என்றார் சிக்கனமாக.

'ஏன்?' என்றான் மனோஜ் கோபம் புறப்பட.

'இந்த மரம் நூறு வருசத்து மரங்க. இதில மகா முனீஸ்வரர் குடியிருக்கார்.'

'எல்லாம் கிராமத்தில் சொன்னாங்க பூசாரி. நீங்கதான் பூசாரியா?'

'நான் ஒரு ஆத்துமாங்க அவ்வளவுதான்.'

'ஆத்துமா, நீங்க என்ன பண்றீங்க. இந்த முனீஸ்வரனை வேற இடத்தில ப்ரதிஷ்டை பண்ணிருங்க.''

'அதெல்லாம் அவ்வளவு சுலபமாச் செய்யற காரியம் இல்லைங்க. முதல்ல ப்ரதிஷ்டை பண்ண முடியுமான்னு மருதூர்ல எங்க குரு நாதர் இருக்காரு. அவரைக் கேட்டு பர்மிட் வாங்கணுங்க.'

'இது சர்க்கார் நிலம், தெரியுமில்லை?'

'இருக்கலாங்க. கோயில் எல்லாருக்கும் பொது இல்லையா!'

'கோயில் இல்லைய்யா, வெறும் மரம்.'

'மரந்தாங்க இந்த ஊருக்குக் கோயில். ஆடி மாசம் விழா கொண் டாடுவோம். மழை வந்துரும் தெரியுமில்லை! ஆரம்பாக்கம் கீழ்-வெள்ளம் எல்லாத்திலிருந்தும் லட்சம் ஜனம் வரும்.'

'ஏங்க, ரோடுக்குக் கிழக்கால எத்தனை மரம் இருக்குது. அதில எதிலயாவது சாமி வெச்சுக்கங்களேன்?'

'நீங்க பெரியார் கட்சியா?'

'நான் விஞ்ஞானக் கட்சி.'

'யாருய்யா. பாத்தூர்க்காரர் மரம் வெட்ட வந்தவரு?'

அந்த ஆட்கள் சைடாக நின்று கொண்டிருந்தார்கள். ஒருவன், 'இன்னும் பேசி முடிக்கலைங்க' என்றான்.

'எத்தனை கேட்டிருக்க?'

'ஆயிரம் ரூபாய்ங்க.'

'ஆயிரம் ரூபா வாங்கிட்டுப் போ. மரத்தை வெட்டாத' என்றவர், எலுமிச்சையைக் கையில் கொடுத்து, 'இதை வாங்கிக்கிட்ட இல்லை. மரத்தை வெட்டினா, ரத்தம் கக்கிச் செத்துருவே. குடும்பத்துல பெண்ணு புள்ளைங்க பொறக்காது. பரவா யில்லையா?'

மரம் வெட்ட வந்தவன் பின் வாங்கி, 'அய்யா அப்புறம் வெவரம் சொல்றங்க?' என்றான்.

'எங்கய்யா போற? இவரு பயப்படுத்தறார்னா?'

'இல்லைங்க. கோடாலி எல்லாம் எடுத்து வரலை. போய் வாரங்க.'

'தொட்ட... முதல்ல உன் கைதான் வெட்டுப்படும்! சாமியை என்னாங்கறே! ஒனக்குத் தெரியாது?'

'யோவ் சும்மா அந்தாளை ஏன் பயப்படுத்தற? நீ கோடாலி கொண்டு வாய்யா. நான் முதல்ல வெட்டிப் பார்க்கறேன். கை போவுதா பார்க்கலாம்.'

'சரிங்க வர்றேன்' என்று அவன் அவசரமாக, 'பத்து மணி பஸ்ஸு போயிருச்சுங்களா?' என்று விசாரித்துக்கொண்டு புறப்பட்டான். இனி வரமாட்டான் என்பது தெளிவாகத் தெரிந்தது.

ஷண்பேகர் அந்த நாடகத்தைப் பார்த்துக்கொண்டிருந்தவன் 'மனோஜ், இதற்கு வேறு வழி பார்க்கலாம்' என்றான்.

7

'எனக்கென்னவோ கிராமத்தார் எவரும் மரத்தை வெட்ட ஒப்புக்கொள்ள மாட்டார்கள் என்று தோன்றுகிறது. யாராவது வேற்று மதத்தைச் சேர்ந்தவர்கள் இருந்தால் கூப்பிடச் சொல்லு. இந்த மரத்துக்குள் இருப்பது இந்துக் கடவுள்தானே!' என்றான் ஷண்பேகர்.

'ஏம்பா, இந்த முனீஸ்வரன்கறது யாரு? சிவபெருமானுக்கு ஏதாவது உறவா?'

'தங்கச்சி மவனுங்க.'

'லே எடக்காக் கேக்குதாரு. அவருக்குப் போய்ப் பதில் சொல்லிக் கிட்டு' என்று பூசாரி அவனைத் தடுத்து நிறுத்த, 'சொல்லுங்க' என்றான் மனோஜ்.

'ஒரே வழிதாங்க. மிசினை அந்தால தள்ளி வெக்கறது.'

'அது முடியாதுங்க.'

'இதுவும் முடியாது.'

'பம்பாயைக் கேட்கலாம்' என்றான் ஷண்பேகர்.

இருவரும் உள்ளே சென்று ஓர் அறையில் கூடிப் பேசினார்கள். 'இந்த ப்ராப்ளம் சைட் செலக்ஷன் செய்தவன் பிரச்னை. இது நம் தலையில் வந்து விடிந்திருக்கிறது பார். முதலில் ஆர்டர் வயர் மூலம் பம்பாயைக் கூப்பிடு' என்றான்.

வி-சாட் மூலம் கிடைத்த தொடர்பின் வழியாகவே மனோஜ், தன் உயர் அதிகாரியைக் கூப்பிட்டான்.

'என்ன மனோஜ்?'

'சார், ஒரு ப்ராப்ளம்.'

'என்ன?'

'சைட்டில் ஒரு மரம் இருக்கிறது. அதை வெட்ட மறுக்கிறார்கள்.'

'யார்?'

'கிராமத்தவர்கள்.'

'கிராமத்தவர்களை எதற்குக் கேட்கிறாய். நீயே வெட்டிட வேண்டியதுதானே?'

'எப்படி?'

'இன்ஸ்டலேஷன் மெட்டிரியலில் உல்ஃப் கம்பெனியின் ஒரு அருமையான எலக்ட்ரிக் ஸா இருக்கிறது. அதை உபயோகித்து! நீ என்ன இன்னும் சைட் பற்றியே பேசிக்கொண்டிருக்கிறாய்! ஆண்டெனா இன்ஸ்டலேஷன் ஆரம்பிக்கவேண்டாம்?' என்றார்.

'சரி சார்' என்றான் முகத்தில் ஏமாற்றத்துடன்.

'அவரைக் கேட்டால், மரத்தை வெட்டாதே என்று சொல்வார் என்று எதிர்பார்த்தாயா?'

'ஆம். முட்டாள் நான்' என்றான் ஷண்பேகர்.

'இந்தப் பிரச்னையை நாமேதான் தீர்க்க வேண்டும். வாசுதேவன் நாயர் என்ன சொல்கிறார்?'

'புறப்பட்டுப் போய்விட்டார். சிவசங்கரன் போயாச்சு, வாசுதேவன் போயாச்சு.'

'எல்லோரும் நம் மடியில் பிரச்னையைப் போட்டுவிட்டார்கள். டி.ஸி.யைப் பார்க்கலாமா?' என்றான்.

'கமிஷன் பண்ணுவதற்கு முன், மெஷர்மெண்ட் எடுப்பதற்கு முன்தான் மரத்தை வெட்ட வேண்டி வரும். அதனால் அதற்கு

இப்போது அவசியமில்லை. கிராமத்துக்காரர்களே ஒரு காம்ப்ரமைஸ்க்கு வருவார்கள். எட்டுநாள் கொடுத்துப் பார்க்கலாம்' என்றான் ஷண்பேகர்.

பிரச்னை தாற்காலிகமாக ஒத்திப்போடப்பட்டதில் சற்றே திருப்தியடைந்து மனோஜ் அறையை விட்டு வெளியே வந்தான்.

'பூசாரி, எட்டு நாளைக்குள்ள வேற வழி சொல்லுங்க.'

'எட்டு நாள் கழிச்சும் ஒரே வழிதாங்க இருக்குது.'

'யோசிச்சுப் பாருங்க. இந்த கிராமத்துக்கு இந்த மிசின் வெக்கறதால எத்தனை லாபம் தெரியுமா?'

'இந்த கிராமத்துக்கு இந்த மரத்தை வெட்டறதால எத்தனை நஷ்டம் தெரியுமா?'

'அதுக்குத்தான் காம்பன்ஸேஷன் பணம் கொடுத்துர்றனே!'

'எத்தனை தருவீங்க?'

'ஆயிரம் ரூபாய் வேணாத் தர்றோம்.'

'திருவிழாவில லட்சக்கணக்கா வசூலாகுமே' என்றார் பூசாரி.

'திருவிழாவெல்லாம் யார் வேண்டாம்னாங்க? முனீஸ்வரனை பாதைக்கு அப்பால மாத்தத்தானே சொல்றேன்.'

'என்னங்க, அவரு கடவுள். நாம் இஸ்டப்பட்டு மாத்த முடியுங்களா?'

'ஹி எக்ஸ்பெக்ட்ஸ் மணி' என்றான் மனோஜ்.

'இல்லைங்க, எனக்குப் பணம் வேண்டாங்க' என்றார் பூசாரி. 'எனக்கு இங்கிலீசு புரியும். திருவள்ளுவர்ல கிளார்க்கா இருந்து முனீஸ்வரன் கூப்பிட்டதால வேலையை விட்டு வெளியே வந்தவனுங்க' என்றார்.

'சரி, எட்டு நாளைக்குள் முடிவைச் சொல்லுங்க' என்று அவர்களை அனுப்பி வைத்தான்.

இதற்குள் ஷண்பேகர் முப்பது நாள் தமிழிலிருந்து பதினான்கு வயசுப் பெண்ணை, 'ஓம் பேரு என்ன?' என்று கேட்டுக் கொண்

டிருக்க, அவள் பதுங்கினாள். ஷண்பேகர், 'கத்தரிக்காய், வெண்டைக்காய்' என்றான். அவள் சிரித்தாள். ஷண்பேகர் தன் கம்ப்யூட்டர் பெட்டிகளைத் திறந்து, மெல்ல சிஸ்டம் இன்ஸ்ட லெஷனைத் தொடங்கினான்.

அந்தப் பெண்ணை உதவிக்கு வைத்துக்கொண்டான். அவள் டெர் மினலை அவனுடன் சேர்ந்து தூக்குவதை மனோஜ் கவலையுடன் பார்த்தான். 'ஏ ஷண், பி கேர்ஃபுல். நோ டச்' என்றான். 'எப்படி இருக்கிறது?'

'சூப்பர். ஃபங்ஷன் கால்ஸ் அத்தனையும் லோடு பண்ணியாகி விட்டது. செக் ரொட்டினை ரன் பண்ணி விட்டால் நான் தயார்.'

மனோ சுற்றிலும் பார்த்தான். பெட்டியின் மேல் ப்ளாஸ்டிக் பரப்பி பெஞ்ச் வைஸைத் திருகி வைத்துக்கொண்டான்.

எர்த்துக்காக உப்பும் கரியும் வாங்க ஆரம்பாக்கத்துக்கு ஆள் அனுப்பினான்.

டிபன் பாக்ஸ் கொண்டுவந்த ஜீப்பில் ப்ரமிளாவும் டி.ஸி.யின் மனைவியும் வந்தார்கள்.

ஷண்பேகர் எட்டு இட்லி சாப்பிட்டான். மனோஜ் சம்பிரமாக உட்கார்ந்து, 'சாம்பார் மணக்குதே' என்றான்.

ப்ரமிளா, 'எங்கே முனீஸ்வரன்?' என்று டி.ஸி.யின் மனைவியைக் கேட்க, அவள் 'அதோ பார், அந்த மரம்தான்!' என்றாள்.

'நீங்க பார்த்திருக்கீங்களா?'

'எத்தனையோ தடவை.'

'என்னத்தை?' என்றான் மனோஜ்.

'முனீஸ்வரனை ப்ரத்தியட்சமா. இவருக்கு வேண்டிண்டப்புறம் தான் நாணா பிறந்தான்.'

'இந்த மரத்தை வெட்டப் போகிறோம்' என்றான் ஷண்பேகர். அவள் 'என்னது?' என்றாள்.

'ஆமாம். மரத்தை வெட்டாட்டா இங்கே ஏதும் நிறுவ முடியாது.'

'அய்யோ' என்றாள் கலவரத்துடன்.

'முனீஸ்வரன் சம்மதிச்சுட்டாரா?'

'பார்த்தால் கேட்கலாம்' என்றான் ஷண்பேகர்.

'ப்ரமிளா நாம் போகலாம். எனக்குப் படபடன்னு வரது' என்றாள்.

அவர்கள் போன பின், 'இந்த முனீஸ் இந்த கிராமத்தின் மனநிலையை ரொம்ப பாதித்திருக்கிறார் போல இருக்கிறது. மரத்தை வெட்டி மாட்டிக்கொள்ளப் போகிறோம்.'

மனோஜ் எரிச்சலுடன், 'சில்லி, நீயும் நம்ப ஆரம்பிக்காதே' என்றான். 'இரவோடு இரவாக மரத்தை வெட்டிவிடலாம். தாமதம் வேண்டாம். கொஞ்ச நாள் காத்திருந்தால் மேலும் கதைகள் உற்பத்தியாகிப் பிள்ளை பெறாதவர்கள் எல்லாரும் வாசலில் வந்து ஸ்ட்ரைக் பண்ணத் தொடங்கிவிடுவார்கள்.'

'மனோஜ், எனக்கு என்னவோ பதற்றமாக இருக்கிறது.'

இன்ஸ்டலேஷன் மெட்டிரியலில் இருந்த பவர் ஸா என்னும் பல் சக்கரத்தை எடுத்துப் பரிசோதித்துப் பார்த்தான் மனோஜ். அது விர்ர்ர் என்று சீறியது.

'இரவில் வந்துவிடலாம். முதலில் ஜெனரேட்டரைத் திறக் கிறேன்.'

'பெட்ரோலில் ஓடும் அந்த அடக்கமான ஜெனரேட்டர் ஏறத்தாழ பத்து கே.வி.ஏ. தந்தது. இங்கிருந்து மரம் வரை கேபிள் எக்ஸ் டெண்டர் போட்டுவிடலாம் என்று யோசித்து இன்னிக்கு என்ன கிழமை? வெள்ளி, திங்கட்கிழமை வெட்டி விடலாம் என்று தீர்மானித்தான்.

பின்கட்டில் சென்றபோது, ஷண்பேகர் அந்த இளம் பெண் ணுக்கு ஏ.பி.ஸி.டி. சொல்லிக் கொடுத்துக்கொண்டிருந்தான். டிபார்ட்மெண்ட் நோட் புத்தகத்தில் வெள்ளை வெளேர் காகிதத்தை விரயம் பண்ணி, பெரிசாக ஏ போட்டிருந்தான்.

அந்தப் பெண்ணை முதலாக மனோஜ் கிட்டத்தில் கவனித்தான். அரும்பாகச் செம்பட்டை மயிர் உதட்டில் மெலிசாகத் தெரிய, புருவங்கள் சேர்ந்து இளமையின் ஆரம்ப அடையாளங்கள் உடம்பில் காண, கரேல் என்று முகமும் அழுக்குச் சட்டையுமாக இருந்தாள். ஷண்பேகர் அவளுக்குப் பனியன் கொடுத்தான்.

அதை வாங்கிக்கொண்டு ஓட்டமாக ஓடி, முனீஸ்வரன் மரத் தருகில் சென்று பொட்டு இட்டுக்கொண்டு ஓடினாள்.

'ஷண், உன்கிட்ட ஒன்று சொல்லியே ஆக வேண்டும். தமிழ்நாடு கிராமங்களைப் பற்றி...'

'பெண்களிடம் ரொம்ப ஜாக்கிரதையாக இருக்கவேண்டும். அதானே? இங்கிலீஷ் கற்றுக் கொடுப்பது தப்பா?'

'இங்கிலீஷுடன் நின்று விட்டால் சரி' என்றான்.

ஷண்பேகர், 'டோண்ட் ஓர்ரி. மரத்தை வெட்டு முதலில். மற்றதெல்லாம் அப்புறம் பார்த்துக் கொள்கிறேன்.'

சாயங்காலம் ஒட்டு மொத்தமாக பாக்கிங் லிஸ்ட்படி எல்லாச் சாமான்களும் வந்து சேர்ந்திருப்பதைச் சரி பார்த்துவிட்டுப் பூட்டிக் கொண்டு புறப்பட்டபோது, ஐந்து மணியாகிவிட்டது. அந்த மரத்தைக் கடக்கும்போது, அதன் வேர்கள் நரம்பு போலவும் சொர சொரத்த முகத்துடன் அதன் பொந்துக் கண்கள் தன்னைப் பார்ப்பது போலவும் உணர்ந்தான்.

'சே, டோண்ட் பி சில்லி' என்று தன்னை மண்டையில் தட்டிக் கொண்டான்.

டி.ஸி. வீட்டில் இரவுச் சாப்பாடு ஏற்பாடு பண்ணியிருந்தார்கள். ப்ரமிளா வீட்டு மனுஷி போலவே புழங்கிக்கொண்டு தம்ளர் டபரா எடுத்துக்கொடுத்தாள்.

கை அலம்பும்போது, 'ராத்திரி தங்க வந்துரு!' என்றான் மனோஜ்.

'எங்கே?'

'ஓட்டலுக்கு.'

'ம். கொன்னுடுவா.'

'பின்னே என்ன பண்றதா உத்தேசம்?'

'நீங்க இங்கே படுத்துக்கங்களேன்.'

டோட்டு அவனைப் பார்த்து அளவிலா உற்சாகத்தில் வாலை வீசி ஆட்டியது.

‘டோட்டுவுக்குப் பாப்பாவைப் பிடித்துப் போய் விட்டது.’

ஷண்பேகர் ‘முப்பது நாட்களில் தமிழ்’ படித்துக் கொண்டிருந்தான்.

‘லவ் என்பதற்கு வார்த்தையே இல்லை. எல்லாக் காய்கறிகளும் கை கால் உடம்புடன் அத்தனை பாகமும் இருக்கிறது’ என்றான்.

‘லவ் என்றால் காதல்’ என்றாள் ப்ரமிளா.

ஷண் ராத்திரி கொய்யாப்பழம் சாப்பிட்டுவிட்டு, ப்ரதான் வீட்டில் தூங்கப் போவதாகச் சொன்னான். ‘பக்கத்தில் பட்டைச் சாராயம் விற்கும் கடை இருக்கிறதா?’

‘வெள்ளிக்குப்பம் எல்லையில் இருக்கிறது. உன் நண்பன் அங்கெல்லாம் போவது சரியில்லை. பாஷையும் தெரியாது.’

ஷண்பேகர், ‘தெரியும், ஒண்ணு ரண்டு’ என்றான்.

மனோஜ், ஓட்டலுக்குப்போய் பைஜாமாவுக்கு மாற்றிக்கொண்டு படுத்தபின், பின்னிரவு அழுகைக் குரல் அவனை எழுப்பியது.

8

தூக்கத்திலா நினைவிலா அந்த ஓலம் என்று சரியாகத் தெரியவில்லை. முழு விழிப்பு கண்டதும்தான் யாரோ ஒப்பாரி வைத்து அழுகிறார்கள் என்று தெரிந்தது. நன்றாக விழித்துக் கொண்டுவிட்டான். இருட்டின் விளிம்பில் கிராமத்தில் ராத்திரி சப்தங்கள் அச்சுறுத்தின.

சுவர்க் கோழியின் விடாத திருகு சப்தம். அதனுடன், அது என்ன ஆந்தையா, கொக் கொக் என்று நிறுத்தி நிறுத்தி 'அடுத்த குரல் எப்போது' என்று எதிர்பார்க்க முடியா சஸ்பென்ஸுடன்.

கொல்லையிலே மாமரந்தான்
கொலை கொலையாக் காச்சாலும்
கோடி சனம் தின்னாலும்
என்ன பெத்த அம்மாஆ நான்
குமிஞ்சு எடுத்தா தண்டனைதான்

என விக்கி விக்கி அழும் பெண் குரல் முதுகுத் தண்டைத் துளைத்தது.

சிகரெட் பற்ற வைக்க பெட்டி தேடினான். ஷண்பேகர் ராத்திரி எங்கோ போய்விட்டு லேட்டாக வந்து படுத்திருந்தவன் மெலி சாகக் குறட்டை விடுவது கேட்க, எழுப்ப மனமின்றித் தாழ் வாரத்தில் வந்து, மொட்டை மாடிக்கு வந்து நின்று கொண்டான்.

தூரத்தில் சைட்டில் நிறுத்தி வைத்திருந்த பெட்டிகள் தெரிந்தன. மாமரம் தெரிந்து, லேசாகக் காற்றில் ஆடியது. லாரியிலிருந்து

57

இறக்கிக்கொண்டிருந்தார்கள். மனோஜுக்கு எப்படியும் மரத்தை வெட்டிவிட வேண்டும் என்ற தீர்மானம் ஏற்பட்டது.

வயலிலே மாமரந்தான்
வரி வரியாக் காச்சாலும்
வந்த சனம் தின்னாலும் நான்
வயத்திலே தரிச்ச மவ
வந்தெடுத்தாத் தண்டனைதான்.

அர்த்தம் புரியவில்லை. சாவுப் பாட்டுப் போல இல்லை. ஆதர வில்லாத பெண், உரிமை இழந்தவள் பாடும் பாட்டு போல இருந்தது. ஏன் மாமரத்தைப் பற்றிப் பாடுகிறாள்?

லேசாக வான் விளிம்பில் வெளிச்சத்தின் ஆரம்ப அறிகுறிகள் தென்பட பாட்டு நின்றுபோய்க் குடிசையிலிருந்து வெள்ளையாக ஒரு துணித் தண்டை இரண்டு பேர் எடுத்து வருவதையும் இரண்டு நாள் தாடி வளர்த்த ஒருவன் கையில் பாத்திரத்துடன் செல்வதை யும் கவனித்தான்.

அந்த துணிப் பொட்டலம் ஏதோ குழந்தையைச் சுற்றியதுபோல் இருந்தது.

'எல்லாம் முனீஸ்வரன் கோபம் மாயாண்டி.'

'மாமரத்தை வெட்டப் போறாங்களாம். பம்பாயிலிருந்து பார்... ஆளுங்க வந்திருக்காங்க. மிசின் வெக்கறாங்களாம். அவக ஆளு வந்து வெட்டிரப் போறாங்களாம். முனீஸ்வரரு இப்பவே கோபத்தைக் காட்டறாரு. இதோ அவங்கதான்' என்று அவனை முறைத்துப் பார்த்தார்கள்.

'செத்தது யாரு?'

'சின்னப் புள்ள. நம்ம கோதண்டம் புள்ள. மரத்தை வெட்றதாப் பேரம் பேசினான். அவனுக்கு ஆனதைப் பாரு.'

பதற்றத்துடன் மனோஜ் அந்த உரையாடலைக் கேட்டு ஷண்பேகரை எழுப்பினான்.

'ஷண், எழுந்திரு. வி ஆர் இன் ட்ரபிள்.'

ஷண்பேகர் கவலைப்படாமல் திரும்பிப் படுத்துக்கொண்டான்.

‘ஷண், வேக் அப் மேன். மாமரத்தை வெட்ட முடியாது போல இருக்கு.’

‘சரி, பம்பாய் போய் விடலாம்.’

‘ஷண், கமான் மேன்.’

அவன் தயக்கத்துடன் எழுந்து, ‘என்ன?’ என்றான்.

‘காலையில் ஒரு கைக் குழந்தை செத்துப்போய் இந்த வழியே உடலை எடுத்துச் சென்றார்கள். போகும்போது குழந்தை செத்ததுக்கு நாம் மரத்தை வெட்ட நினைத்ததுதான் காரணம் என்று பேசிக்கொண்டே போனார்கள்.’

‘நினைத்தாலே போதுமா?’

‘ஆமாம்.’

‘சரி, இப்போது எதற்காக என்னை எழுப்பினாய்?’

‘மரத்தை வெட்டாமல் எப்படி சாட்டிலைட் வைப்பேன்?’

‘வாசுதேவனை வரச் சொல்லு. இது அவன் காரியம்.’

‘ஷண், பி சீரியஸ்.’

‘சரி, சீரியஸ்.’

‘என்ன செய்வது? இந்தக் கிராமத்தவர்களுக்கு எப்படிச் சமா தானம் சொல்வது? மரத்தில் முனீஸ்வரனும் இல்லை. கினிஸ்வர னும் இல்லை என்று எப்படி நிரூபிப்பது?’

‘நாமே வெட்ட வேண்டியதுதான்.’

‘ஷண், டோண்ட் பி ஸில்லி. நம்மை வெட்டிவிடுவார்கள்.’

‘தூக்கத்தில் எழுப்பி இனி என்னை ஐடியா கேட்காதே’ என்று மறுபடி படுத்துக்கொள்ளச் சென்றவனைப் பாயோடு இழுத் தான். ‘சே, உன்னைப் போய் அழைந்து வந்தேன் பாரு...’

குளித்ததும் ஷண்பேகர் சுறுசுறுப்பானான்.

‘இந்த டவுனின் போலீஸ் நிலையத்துக்குச் சொல்லலாம். போய் போலீஸ் உதவியை நாடலாம்.’

போலீஸ் இன்ஸ்பெக்டர் பெயர் ஷண்முகம்.

'என் பெயர் ஷண்பேகர்! முதல் இரண்டு எழுத்து ஒற்றுமை' என்றான்.

மனோஜ் அவரிடம் விவரமாகச் சொன்னபோது, 'கிராமத்தில் ரொம்ப சென்சிட்டிவான விசயமுங்க இது. வருசா வருசம் திருவிளா வேற நடக்குது. பூப்பல்லக்கு எடுப்பாங்க. பூக்கட்டு வாங்க. ஒரு டன் பூவு வருமுங்க. இந்த மரத்தைத்தான் வெட்டி யாகணுங்களா?'

'மிஸ்டர் ஷண்முகம், நீங்க டி.வி. பார்த்திருக்கீங்க இல்லை...'

'பாக்கறங்க. வீட்டில டி.வி. வெச்சிருக்கங்க.'

'அதுல எப்படி நமக்குப் படம் தெரியுதுங்கறிங்க?'

'ஏதோ சொல்றாங்க மைக்ரவேவ் அது இதுன்னு...'

'இன்சாட்டுன்னு சாட்டிலைட்டு வெச்சிருக்காங்க. அதிலிருந்து பிரதிபலிக்குது. அதே மாதிரி டெலிபோன் பேச்சு வெளிநாட்டு டிவிகளுக்கு எல்லாம் காம்ஸாட், இன்டெல்ஸாட்டுன்னு வச்சிருக்காங்க.'

'கொஞ்ச இருங்க, கடைல போய் வடை வாங்கிட்டு வரச் சொல்றேன்.'

ஷண்பேகர் மனோஜைத் தனியாக அழைத்து, 'அவரிடம் சாட்டிலைட் பற்றிப் பேசாதே, பயந்துகொள்வார்' என்றான்.

'எப்படி நம் ப்ராஜெக்டின் முக்கியத்தைப் புரிய வைப்பது?'

ஷண்பேகர் நூறு ரூபாயை எடுத்து, 'இந்தாங்க, நாஷ்தா வாங்கி வரச் சொல்லுங்க' என்றான். அவர் புன்னகை செய்து கான்ஸ் டபிளை அனுப்பினார். 'ஷண்முகம், இந்த மரத்தை கலாட்டா இல்லாமல் வெட்டுவதற்கு ஒரு வழி சொல்லுங்கள்.'

'கிராமத்தில் முக்கியமான ஆசாமி இருக்காரு நடேச பண்டிதர்னு...'

'எதுல பண்டிதர்?'

'எதுலயோ, பண்டிதர்னு பேரு. அவர் சொன்னா கிராமத்தவங்க அத்தனை பேரும் கேப்பானுக. அவரவிட, அவருக்கு ரண்டாவது

சம்சாரம் ஒருத்தியைப் பிடிச்சாந்திருக்காரு புதூர்லருந்து. கேட்டா தங்கச்சிங்கறாரு. ஒரு நா ஒறவுங்காரு, ஒரு நா கீப்பு! அந்தம்மா சொன்னாக்கூட காரியம் நடக்கும்.'

ஷண்பேகர், 'என்ன சொல்கிறார்?' என்றான்.

'அப்புறம் சொல்கிறேன்' என்றவன் இன்ஸ்பெக்டரிடம், 'அந்த நடேச பண்டிதர் வீடு எங்கிருக்கு?'

'இப்படியே நேராப் போனா கொஞ்சம் ஊருக்கு வெளியே சோலை மாதிரி இருக்கும். அச்சு வெல்லம் பண்ணுவாங்க. அங்க வீடு உண்டு.'

இருவரும் சென்றபோது கரும்புப் பாகு காய்ச்சும் விரும்பத் தகுந்த மணத்தின் ஊடே பெரிய வாயகலப் பாத்திரத்தில் காய்ச்சிக் கொண்டிருந்தார்கள். நடேச பண்டிதர் என்பவருக்கு நாற்பத் தைந்து வயசு இருக்கலாம். உயரமாகப் பெரிய மீசையும் முன் வழுக்கையுமாக இருந்தார். கையில் கம்பு வைத்து அவரே பாகு கிளறிக்கொண்டிருக்க, ஒரு பெண் கரும்புச் சக்கையை அரை குறையாகக் கடித்து உதறிக்கொண்டிருந்தாள்.

'வாங்க. நீங்க வந்திருக்கிறதா டி.ஸி. சொன்னாரு. கரும்புச் சாறு சாப்பிடறீங்களா?'

'இல்லைங்க, அவசரம்.'

'இவரு தமிழரா?'

'இல்லைங்க மகாராஷ்டிராக்காரர்.'

'தமிழ் பேசுவாரா?'

'பேர் என்ன?' என்று அந்தப் பெண்ணைக் கேட்டான் ஷண்பேகர். நடேச பண்டிதரின் பின்னால் சென்று பதுங்கிக்கொண்டாள். முப்பது வயசு இருக்கும். கட்டம் போட்ட நீலச் சேலை அவள் வாளிப்பிடம் தோற்றிருந்தது.

'நம்ம தங்கச்சிங்க. செல்வி, இவங்களுக்குப் பூப்போட்ட கிளாஸில் சாறு கொண்டா...' என்றார்.

அவள் ஷண்பேகரை ஒரு மாதிரி பார்த்துவிட்டுச் சென்றாள்.

'முனீஸ்வரன் மரத்தை வெட்டணுங்க.'

‘உங்களுக்கு முனீஸ்வரன் இருக்கிறதில் நம்பிக்கை இல்லைங்களா?’

‘இல்லைங்க! இது என்னங்க... சாட்டிலைட் யுகங்க.’

‘கிராமத்தவங்களுக்கு நம்பிக்கை இருக்குதே.’

‘அவங்களுக்கு நீங்கதான் நல்லபடியாச் சொல்லி மனசை மாத்தணும்.’

‘மாத்திரலாம்’ என்றார்.

மனோஜ் நம்பிக்கையுடன் ‘நீங்க சொன்னாக் கேப்பாங்களாமே?’

‘அதெல்லாம் இல்லங்க. ஓட்டு போடுவாங்க. நான் சொன்ன கட்சிக்கு. அவ்ளவ்தாங்க.’

‘இந்தப் பிரச்னையை நீங்கதான் தீர்த்து வைக்கணுங்க.’

‘இன்ஸ்பெக்டர் இவளைப் பத்தி ஏதாவது சொன்னாரா?’

அந்தப் பெண் இரண்டு கண்ணாடித் தம்ளர்களில் கரும்புச் சாற்றைக் கொண்டுவந்து வைத்தபோது, நீலச் சேலை விலகியதை நிதானமாகவே திருத்திக்கொண்டாள்.

‘அதெல்லாம் இல்லைங்க.’

‘இவ மேல ஒரு கண்ணு அவருக்கு. மாத்தல் ஆர்டருக்கு ஏற்பாடு பண்ணிருக்கேன்.’

‘அப்படீங்களா?’

‘பூசாரியைப் பார்த்திங்களாமே... என்ன சொன்னான்?’

அவர் தோரணை, தெரிந்துகொண்டே கேட்கிறார் என்று தோன்றியது.

‘அவரு மரத்தை வெட்டவே கூடாதுன்னுட்டாரு.’

‘கொஞ்சம் சிக்கல்தான். இந்தக் கிராமத்தையே பாதுகாக்கறது அந்த முனீஸ்வரன்தான்னு நம்பறாங்க. அந்த ஜமீன் உங்களுது தானே...’

‘சர்க்கார்து. சர்வே நம்பர் எல்லாம் பார்த்து வச்சது.’

'மரமில்லாத இடமாப் பார்த்திருக்கலாமே...'

'அது என்னவோங்க, சரியா விசாரிக்காம போய்ட்டாங்க. இனி வேற எடம் பார்த்து அக்வயர் பண்ண ரெண்டரை வருசம் ஆய்டும். எல்லாம் வெட்லாண்டு பாருங்க.'

'ஆமாம்' என்று தன் அரிவாளால் கன்னத்தில் சொரிந்துகொண்டே யோசித்தார்.

'ஒங்க பிரச்னைக்கு தீர்வு ஒண்ணு இருக்கு. மரத்தை வெட்டிர லாம். தரைமட்டம் ஆக்கிரலாம். செலவாகும். பரவா யில்லையா?'

'எவ்வளவு?'

'என்ன ஒரு ரெண்டாயிரம் ரூபாய்.'

'பரவாயில்லை. இம்ப்ரஸ்ட் இருக்குது. ஸாங்ஷன் போட்டுக்கூட வாங்கிக்கலாம்.'

'மரத்தை வெட்டினாப் போதும்.'

'முடியும். ஒரே ஒரு காரியம் செய்யணும் நீங்க. ராத்திரி வாங்க. இன்னிக்கு அமாவாசைதானே? சொல்றேன்' என்றார் நடேச பண்டிதர்.

9

ராத்திரி நடேச பண்டிதர் வீட்டு முன் வாசலில் கயிற்றுக் கட்டிலில் ஷண்பேகரும் மனோஜும் வீற்றிருக்க, டேப் ரெகார்டரில் பழைய ஜி.ராமனாதன், கண்ணதாசன் பாட்டுக்களைப் போட்டு, பூப்போட்ட கிளாஸில் அவர்களுக்குத் தண்ணீர் போன்ற திரவத்தை பாரிஸ் நகரத்து எய்ஃபல் டவர் போட்ட தட்டில் அந்தப் பெண் செல்வி கொண்டுவைக்க, ஷண்பேகர் மடக்கென்று குடித்துவிட்டு, 'திஸ் இஸ் க்ரேட்' என்று அவளைப் பார்த்துப் புன்னகை செய்தான்.

'இந்தப் பொண்ணு எல்லார்கூடயும் சகஜமாகப் பழகுங்க. அதைப் போய்த் தப்பா எடுத்துக்கலாங்களா?' என்றார் நடேச பண்டிதர். 'நீங்க சாப்பிடலையா?'

'என் பெண்டாட்டி வீட்டுக்குப் போனா கட்டை எடுப்பா' என்றான் மனோஜ் உண்மையில்லாமல்.

ப்ரமிளா, கூட வருவதாகத்தான் சொன்னாள். அவளும் சாப் பிட்டிருப்பாள்.

'உங்களுக்குக் கல்யாணம் ஆயிருச்சா?' என்றாள் செல்வி மனோவைப் பார்த்து.

'ஆயிருச்சு. கூட்டி வந்திருக்காரு. பம்பாய்ப் பொண்ணு. தமிழ் பேசும்' என்றார் பண்டிதர்.

'உங்களுக்கு எப்படித் தெரியும்?' என்றான் மனோஜ்.

'இவருக்கு?' என்றாள் ஷண்பேகரைப் பார்த்து.

‘கல்யாணமாகலை. தமிழ் தெரியாது.’

‘டமில் கத்துத் தரியா?’ என்றான் அவன்.

‘நீங்க இங்லிசு கத்துத் தரிங்களா?’ என்றாள்.

‘ஓ!’

‘சும்மாருங்க. கிராமத்துல எல்லாப் பொண்ணுங்ககிட்டயும் அதேதான் சொல்லிக்கிட்டு இருக்கான்’ என்றான் மனோஜ்.

‘வெளையாடுவார் போல இருக்குது. கொஞ்சம் எச்சரிக்கையாகவே இருக்கச் சொல்லுங்க. சிரிச்சுக்கிட்டே இருப்பாங்க. திடீர்னு அருவாளை எடுத்துருவாங்க.’

அதை மொழிபெயர்த்துச் சொன்னாலும் ஷண்பேகர் கவனிக்கக் கூடிய நிலையில் இல்லாமல் பாட்டுக்குத் தாளம் போட்டுச் செல்வியிடம் பேசிக்கொண்டிருந்தான்.

‘கரும்பு வச்சிருந்தா எரிப்பானுக. வக்கப்போரை எரிப்பானுக.’

‘யாருங்க?’

‘அடுத்த கிராமத்துக்காரனுவ. வேற சாதிங்க அவங்க. எப்பவும் சண்டை வரும். இந்தச் சின்னக் கிராமங்கள்ல எத்தனை பொறாமை பூசல் தெரியுங்களா. இந்தப் பெண்ணைக் கண்டா எல்லாருக்கும் நப்பாசைங்க. நாணான்னு ஒருத்தன். போக்கத்த பய. அவன் வந்து ஒரு முறை கையைப் பிடிச்சு இழுத்துட்டான். இது நேராய்ப் போய் பஞ்சாயத்தில் சொல்லிருச்சு. அவன் பெண்டாட்டி கன்னாபின்னான்னு திட்டறா. கையைப் பிடிச்சு இழுத்தது தப்பில்லையாம். சந்தைல கொண்டை போட்டு கிட்டுப் பேசினது தப்பாம். என்ன நியாயம்?’

‘பஞ்சாயத்தில என்ன தீர்ப்புச் சொன்னாங்க?’

‘நாணா பொண்டாட்டிக்குத்தான் அபராதம் வெச்சாங்க. பஞ்சாயத்து பாருங்க என் கைக்குள்ளங்க’ என்று காட்டி மறுபடி ஒரு கிளாஸ் போட்டார்.

ஷண்பேகர் தனக்கு மிக அருகில் தட்டி, அந்தப் பெண்ணை, ‘வா, நீ என் தங்கை மாதிரி’ என்று சொல்ல, அவள் அருகே வந்து உட்கார்ந்துகொண்டாள். அவர்களிடையே சற்றே சாராயம் சேர்ந்த அந்த சினேகிதத்துக்கு பாஷை தேவையில்லாமல் இருந்தது.

'நல்ல பொண்ணுங்க இது' என்றார்.

இவர்களுக்கு இருக்கும் உறவு சரியாகப் பிடிபடவில்லை.

'எனக்கு ஏறக்குறைய இவ வயசில பொண்ணு இருக்குங்க' என்றார் அவர்.

'அப்ப இவ?'

'இவளும் பொண்ணு மாதிரிதான்' என்ற நடேச பண்டிதர், மரத்தைப் பற்றிப் பேசினார்.

'மரத்தை வெட்டினாப் பல பேருக்கு நஷ்டங்க. மரத்தை ஒட்டித் திருவிழா நடக்குதுங்க. பலூன் வியாபாரியே அன்னைக்கு ஆயிரம் ரூபா பண்ணுவான். அப்படிப்பட்ட இடம்.'

'நாங்க முனீஸ்வரனை ஏதும் செய்ய விரும்பலைங்க. மரத்தி லிருந்து அந்தக் கடவுளை வேற இடத்தில் பிரதிஷ்டை பண்ணக் கூடாதா?'

'கடவுளாவது ஒண்ணாவது... எல்லாம் புரளி' என்றார் நடேச பண்டிதர். மற்றொரு கிளாஸ் உள்ளே போனதும் செல்வியை முதுகில் தட்டி, 'இது ஒண்ணுதாங்க நிஜம்.'

'என்ன அப்படிச் சொல்லிட்டீங்க.'

'எல்லாமே பொருளாதாரந்தாங்க.'

'ஏதாவது வழி சொல்லுங்க எங்களுக்கு.'

'பூசாரி ஒரு பெரிய காவு வாங்கணும்னு பாக்கறான்.'

'பெரிய காவுன்னா?'

'பலிங்க.'

'என்ன பலி?' பவுர்ணமி நிலவு அவர்களுடன் சாட்சிக்குச் சேர்ந்திருந்தது.

'அது என்னவோ கேட்டுப் பார்த்தேன். ஒரு பொட்டைக் குட்டி வேணுங்கறான். புரியறாமாதிரி சொல்ல மாட்டங்கறான்...

66

ஏட்டுச்சுவடில எழுதியிருக்குதாம். ஆசாட மாசத்துக்குள்ள கோபம் அடங்கணுமாம். அதுக்குள்ள இல்லைன்னா பலி வாங்கிக்கிட்டே இருக்குமாம். இன்னைக்குக் குழந்தை செத்தது இல்ல, அதுகூட முனீஸ்வரன் கோபம்னுதான் சொல்றாங்க.'

'அதனால?'

'ஒரு பெ... பெண் சிசுவைப் பலி கொடுத்துட்டாப் போதுமாம்! இப்படின்னு பூசாரி சொல்றான்.'

மனோஜ் அதிர்ந்துபோய், 'என்னங்க, என்ன சொல்றீங்க நீங்க?'

'ஆமாங்க! போன தடவையும் அந்த மாதிரிதான் சாந்தி பண்ணிச்சுங்க.'

'போன தடவைன்னா, யு மீன், இந்த மாதிரி முன்னாலேயே நிகழ்ந்திருக்குதா?'

அவர் குரலைத் தாழ்த்தி, 'வேற யார்கிட்டேயும் சொல்லாதீங்க! டவுன் ஆஸ்பத்திரில அனாதைக் குளந்தைங்க இருக்குல்ல. அதுல ஒண்ணை ராவோட ராவாக் கொண்டாந்தாங்க. கைக் குழந்தை... கொண்டாந்து... அது நாலு வருசத்துக்கு முந்தி நடந்ததுங்க... அப்பத்தான் கிராமத்துல காலரா வந்து எட்டுப் பேருங்க போல செத்தாங்க. ஊசியெல்லாம் போடாம... பலி கொடுத்ததும்தான் கோபம் அடங்கிச்சு. அவங்களே சௌகரிய மாத்தான் கோவில, மெயின் ரோடில மாற்றத்தான் யோசிச்சு கிட்டு இருக்காங்க. அவங்க மனசை மாத்த பெரிய பூசாரி ஒருத்தர் இருக்காரு காட்டுக்குள்ள... அவர்கிட்டக் கூட்டிப் போறேன். அவருகிட்ட பலி கொடுக்கறதா ஒப்புத்துக்கிடுங்க. அவர் மாற்றச் சம்மதிப்பாரு.'

ஷண்பேகர் இந்த சம்பாஷணைகளின் விவரமே புரியாமல் அந்தப் பெண்ணை நிலாவில் நடக்க அழைத்துப் போயிருந்தான்.

இருட்டில் கயிற்றுக் கட்டிலும் நடேச பண்டிதரும் பவுர்ணமி நிலாவும், இது வேத காலம் என்று சொன்னால்கூட நம்பலாம் போல இருந்தது. சாட்டிலைட் வைக்க வந்தவன் நர பலியைப் பற்றிப் பேசிக்கொண்டிருக்கிறான்! எந்த தேசத்தில் இந்த மாதிரி நடக்கும்?

'என்னங்க, நீங்க நிசமாவே இதையெல்லாம் நம்பறீங்களா?'

'நீங்களோ நாங்களோ நம்பறதைப் பத்தி அவங்களுக்குக் கவலை இல்லைங்க. அவங்க நம்பறாங்க. அவங்க குருவி வந்தா மளை வரும்னு நம்பறாங்க. கொக்கு வந்தா காத்து வரும்னு நம்பறாங்க. மஞ்சளையும் சுக்கையும் காச்சிக் குடிச்சா கக்குவான் சலதோஷம் போவும்னு நம்பறாங்க. இயற்கைன்னு சொல்றதில்ல, அதுக்கு அப்பப்ப அதெல்லாம் தேவைப்படுதுங்க. என் அனுபவத்தில பார்த்திருக்கேன். இப்ப திருப்பதில எத்தனை பேரு முடி கொடுக்கறாங்க. அதுகூட ஒரு விதத்தில பலிதாங்க. தலையைக் கொடுக்க முடியலை. தலை முடியைக் கொடுக்கறாங்க!'

மனோஜ் மௌனமாக இருந்தான்.

'உயிர்ப் பலி என்பது தெய்வத்துக்குப் பதிலா தேசத்துக்கு மாறியிருக்குதுங்க. நம்ம சோல்ஜர்ங்க பலியாறதில்லையா? எத்தனை பேரு இளைஞர்கள் காஷ்மீர்லயும் பஞ்சாபிலயும் பலியாறாங்க! பெரிசா எடுத்துக்கிட்டா பெரிசா எடுத்துக்கிட லாம். சாதாரணமா எடுத்துக்கிட்டா சாதாரணமா எடுத்துக்கிட லாம். இப்ப உங்களுக்கு மெசின் வெக்கணும்னா, அந்தப் பலி கொடுத்தாகணுங்க.'

'ஒரு குழந்தையை?'

'ஆமாம் பெண் குழந்தையை.'

'பெண் குழந்தை எதுக்குங்க?'

'அதில ஒரு பொருளாதாரம் இருக்குங்க. அதைப்பத்தி ரொம்பக் கேள்வி கேக்காதீங்க.'

'நாம் எல்லோரும் சேர்த்து ஜெயிலுக்குப் போவோம். தெரியு மில்லை?'

'ஏன் போலீஸுக்குப் போவுது? கமுக்கமா முடிக்கக்கூடிய காரியம்தானே இது.'

'திஸ் இஸ் தி மோஸ்ட், மோஸ்ட் ரிடிகுலஸ் திங் ஐ ஹவ் எவர் ஸீன் இன் மை லைஃப்.'

'என்ன வேணா இங்கிலிசில திட்டிக்கங்க. நடைமுறையாச் சொல்றேன்.'

‘குழந்தைக்கு ஏற்பாடு செய்யணுமா?’

‘இல்லைங்க. பணம் கொடுத்தா மத்ததெல்லாம் அங்கங்க ஆளுக இருக்குது. காதும் காதும் வெச்சாப்பல ஆயிரும்.’

‘பணம் எத்தனை?’

‘அந்த மிசினு என்ன விலைங்க, நீங்க வெக்கறிங்களே மிசினு?’

‘அது இருக்கும் ரெண்டு கோடி ரூபா.’

‘ஒரு இருபதாயிரம் கொடுத்துருங்க போதும், உங்களுக்கு அது நடக்கிறதே தெரியாது. எல்லாம் ராத்திரிதான் நடக்கும்.’

மனோஜ் தலையை ஆட்டி, ‘நீங்க என்ன நினைச்சுக்கிட்டு இருக்கீங்க? நான் சம்மதிக்கலேன்னா?’

‘வேற வழி?’

‘இருக்குதுங்க. கேளுங்க பண்டிதரே, கேளுங்க. நல்லதனமா கிராமத்துக்குப் புத்தி சொல்வீங்கன்னுதான் நான் உங்ககிட்டே வந்தேன். நீங்க சொல்ற வழி விபரீதமாச் சொல்றீங்க. மனித யத்தனத்திலயும் உயிர்லயும் மரியாதை வெச்ச எவனும் அந்தப் பைத்தியக்காரத்தனத்துக்கு, மூடத்தனமான நம்பிக்கைக்கு இடம் கொடுக்க மாட்டான். சம்மதிக்கவே மாட்டான். முனீஸ்வரனை உங்க கிராமத்தில வணங்கறதைப் பத்தி எனக்கு ஆட்சே பணையே இல்லை. ஆனா அதுக்காகப் பலி கிலின்னு ... இந்த பிஸினஸ் எல்லாம் டூ மச். அதனால்...’

‘அதனால?’

‘போலீஸ் பந்தோபஸ்து பண்ணி, காவல் வெச்சு அந்த மரத்தை வெட்ட வேண்டி வரும். அவ்வளவுதான். எதிர்ப்பு வேண்டாம்; முரண்பாடு வேண்டாம்னு பார்த்தேன்.’

பண்டிதர் குரலில் சற்றே கேலியுடன், ‘சரி செய்யுங்க. உங்களுக்கு உசிதம் எதுவோ செய்யுங்க. சுலபமா வழி சொன்னா, நீங்கதான் சிக்கல் பண்ணிக்கறீங்க.’

‘சுலபமா? மை காட்! ஒரு பெண் குழந்தையைப் பலி கொடுக்கறதுங்கற காட்டுமிராண்டித்தனமான செயல் சுலபமா? என்ன சொல்றீங்க நீங்க!’

'ரொம்ப அலட்டிக்காதீங்க. எத்தனை பெண் குழந்தைகளை கர்ப்பத்தில கொல்றோம்! குழந்தை ஒண்ணை மட்டும் பிறந்து பத்து நாள்ல கொல்றோம்! அவ்வளவுதானே!'

'யு ஆர் இன்க்ரெடிபிள்' என்றான்.

ஷண்பேகரும் செல்வியும் கை கோத்துக்கொண்டு வந்தார்கள்.

'என்ன பேசியாச்சா?' என்றான் ஷண்பேகர். அவனை அங்கேயே சுடவேண்டும் போல இருந்தது மனோஜுக்கு.

10

ஷண்பேகருடன் திரும்ப வரும்போது இருட்டில் சைட்டைக் கடந்து செல்லும்போது, முனீஸ்வரன் மரத்தைக் கவனிக்க முடிந்தது. பொந்தில் அகல் விளக்கு வைத்திருந்தார்கள். கறுப்பாக இரண்டு பேர் வருவது போலவும் தோன்றியது.

'நான் என்ன செய்வது என்று மண்டையை உடைத்துக் கொண் டிருக்கும்போது, ஊரில் இருக்கும் பெண்களுடன் எல்லாம் அன்னியோன்னியம் பாவிக்கிறாய். இது எந்த விபரீதத்தில் கொண்டுவிடும் என்று சொல்ல முடியாது. ஷண்! ஸ்டாப் இட் ஷண்!' என்றான் மனோஜ்.

'நான் என்ன ஏதாவது அவர்களிடம் தப்பாக நடந்து கொண்டேனா?'

'நடந்துகொள்வாய்.'

'அப்படியெல்லாம் ஏன் உன் மனசுக்குள் கற்பனை பண்ணிக் கொள்கிறாய்? ஷண்பேகர் ரொம்ப நல்லவன். அவனிடம் எல்லாரும் கல்யாணமாகாத தங்கைகளை ஒப்படைக்கிறார்கள். தெரியுமா? ஐ.ஐ.டி.யில் என் ப்ரொபஸர் அவர் மகளை என்னுடன் அனுப்பி வைத்தார். ரொம்ப நம்பகன் நான்!'

'ஷண், எனக்கு இருக்கிற பிரச்னை போதும். நீ வேறு, பாஷை தெரியாமல் எங்கேயாவது கை வைத்து கிராமத்தின் கோபத்துக்கு உள்ளாகிவிட்டால், ஏற்கெனவே நரபலி, அது, இது என்று பேசுகிறார்கள்...'

'நரபலியா?'

'ஆம். அந்த நடேச பண்டிதர் அதுதான் சொன்னார். நரபலி கொடுத்து ப்ரீதி பண்ணவேண்டுமாம். முனீஸ்வரனுக்கு!'

'இண்ட்ரஸ்டிங்!'

'இண்ட்ரஸ்டிங்! அவ்வளவுதான் உனக்கு? நரபலி, ஷண்பேகர்! ஒரு குழந்தையைப் பலி கொடுக்கவேண்டுமாம்! அதற்கு நாம் பணம் கொடுக்கவேண்டுமாம்!'

'வெரி இண்ட்ரஸ்டிங்.'

'கொடுத்துவிடலாம் என்கிறாயா?'

'சே, சே! மனோஜ், நீ ரொம்பக் குழம்பியிருக்கிறாய்.'

'மரத்தை வெட்டவேண்டுமே, என்ன செய்வது சொல்.'

'நீ சொன்னதுபோல் போலீஸ் பந்தோபஸ்துடன் காலையில் வெட்டிவிடுவது. காவல் நிலையத்துக்குச் சென்று பந்தோபஸ்து கேட்கிறேன்.'

அறை திரும்பியபோது, யாரோ உருவம் வாசலில் தெரிய, கிட்டே பார்த்தில் டி.ஸி.யின் மனைவி.

'என்ன?'

'ப்ரமிளா ரொம்ப அழுகிறாள், நீங்கள் வந்து சமாதானம் சொல்ல வேண்டும்.'

'என்ன ஆச்சு?'

'டோட்டுவைக் காணோம்!'

பதறிக்கொண்டு டி.ஸி.யின் வீட்டுக்குச் சென்றான். அவள் கூடத்தில் உட்கார்ந்துகொண்டு விசித்து, சின்னப் பெண் போல அழுதுகொண்டிருக்க...

'என்ன ப்ரமிளா?'

'டோட்டு காணாமல் போய்விட்டது.'

'எப்போ?'

‘காலையிலிருந்து.’

‘எங்காவது வழி திரிந்திருக்கும். காலையில் வந்துவிடும்.’

‘டோட்டு டோட்டு’ என்று ஒப்பாரி வைத்தாள்.

ஷண்பேகர், ‘ஒரு நாய்... கவலைப்படாதே. ஜிம்மி என்ற ஒரு நாட்டு நாய் பார்த்தேன். ரொம்ப சமர்த்து. சைட்டில் இருக்கிறது. அதற்கு ப்ரொக்ராமிங் சொல்லித் தந்துகொண்டிருக்கிறேன்.’

‘ஷண், கொஞ்சம் சும்மா இருக்கிறாயா? அவள் டோட்டுவை ரொம்ப நேசிக்கிறாள்.’

‘டோட்டு பெண்தானே, சூட்டில் இருக்கும். திரியப் போயிருக்கும்.’

‘டோட்டு...டோட்டு...ஊ...’

மனோஜுக்கு இரண்டு பேர் பேச்சும் சகிக்கவில்லை. உள்ளுக் குள் டோட்டுவைக் காணோம் என்பதில் ஒருவித பய உணர்ச்சி தான் பாக்கியிருந்தது. டி.ஸி.யின் ஜீப்பை எடுத்துக்கொண்டு ஆரம்பாக்கம் வீதிகளில் ‘டோட்டு’ என்று கூப்பிட்டுக்கொண்டே சென்றார்கள். ப்ரமிளா மூக்கு பழமாகச் சிவக்க அழுதுவிட்டு வந்து படுத்துக்கொண்டுவிட்டாள்.

ஷண்பேகர் காவல் நிலையத்துக்குப் போய் போலீஸ் இன்ஸ் பெக்டரை அழைத்து வந்தான். ‘ரெண்டு விஷயம். ஒன்று டோட்டுவைக் காணவில்லை.’

‘டோட்டு யார்?’

‘என் நண்பனின் ப்ராஜெக்ட் மானேஜரின் அருமந்த நாய். அதைக் காணவில்லை.’

‘இரண்டாவது விஷயம் என்ன சொல்லுங்கள்?’

‘நாளை போலீஸ் காவல் வேண்டும்.’

‘எதற்கு?’

‘மரம் வெட்டுவதற்கு.’

‘வெட்டுவதாகத் தீர்மானித்து விட்டீர்களா?’ அவர் பார்வையில் விரோதம் பரவியது.

‘ஆம்.’

‘மணியக்காரரைக் கேட்டீர்களா?’

‘கேட்டோம். அவர் வெட்டவேண்டாம் என்று சொன்னார். சின்னையாவோ பொன்னையாவோ அவர்தானே?’

‘மரத்தை வெட்டுவது உசிதமில்லை என்று தோன்றுகிறது. ஆவணி மாத திருவிழா வருகிறது. அதற்கு...’

‘மரம் இருப்பது கவர்மெண்டு நிலத்தில் என்று தெரியுமல்லவா?’

‘நன்றாகவே. சைட்டை மாற்ற முடியாதா?’

‘முடியாது என்று எப்போதோ சொல்லிவிட்டேனே!’

‘எதனால்?’

மனோஜ் ஆயாசமாக, ‘சார், டெக்னிகல் ரீஸன் சார்...’

‘டெக்னிகல் ரீசன்... சரி, நாளைக்கு சிட்டியிலிருந்து ஏ.எஸ்.பி.யைப் பார்த்து அழைத்து வருகிறேன்.’

‘போலீஸ் படையுடன் வாருங்கள்.’

‘ராத்திரி வெட்டுவதே உசிதம்.’

‘நீங்கள் எப்போது சொல்கிறீர்களோ...’

‘அதற்கான ஆயத்தங்கள், ஆயுதங்கள் எல்லாம் இருக்கிறதா?’

‘ஆயுதம் என்று ஒரு ஹேக் ஸா போதும். ஒடிசலான மரம்.’

‘ஆனால் ரொம்ப சக்தி வாய்ந்தது.’

‘நீங்களே நம்பறீங்களா?’

‘எனக்குப் பிள்ளை பிறந்ததே அந்த மரத்தை வேண்டிக் கொண்டதும்தானே?’

‘லுக் இன்ஸ்பெக்டர்! நாம் நிறையவே பேசிவிட்டோம். இனி காரியம். நாங்கள் வெட்டுகிறோம். எங்களிடம் பாவங்கள் வந்து சேரட்டும். நீங்கள் பாதுகாத்தால் மட்டும் போதும்.’

‘சரி’ என்று அவர் சொல்லிவிட்டு, ‘நாய் ஏதோ காணோம் என்று சொன்னீர்களே?’

'ஆம், டோட்டு என்று பெயர் படைத்த நாய், இவன் மனைவியின் நாய்.'

'ஏதாவது அடையாளம்?'

'ரொம்ப சைவ நாய், அப்பளம் எல்லாம் தின்னும். வாழைப்பழம் தின்னும். இப்படியொரு நாயை ஜென்மத்தில் பார்த்திருக்க மாட்டீர்கள்.'

இன்ஸ்பெக்டரும் ஷண்பேகரும் போனதும் ப்ரமிளாவிடம் போய் அவளருகில் தரையில் படுத்துக்கொண்டான். இரவு விளக்கின் வெளிச்சத்தில் அவள் கண்ணீர் உலர்ந்திருந்தது.

'ப்ரமிளா' என்று அவளைக் கட்டிக்கொண்டான். கன்னத்தைத் தடவினான். அவள் பாதித் தூக்கத்தில் 'டோட்டு' என்றாள்.

'காலைல கிடைச்சுடும்' என்றான். எந்த நம்பிக்கையின் பேரில் சொல்கிறோம் என்று யோசித்தான்.

'இன்ஸ்பெக்டர் சொன்னார்' என்றான்.

'ஆமாம். கண்டுபிடிச்சுக் கொடுத்துர்றேன்னு சொல்லிருக்காரு.'

ப்ரமிளா அவன் மடியில் படுத்து, 'எனக்கு பயமா இருக்கு. இங்கே வேண்டாம். பம்பாய் போய்டலாம்' என்றாள்.

'வேலை முடியணுமே!'

'நான் போறேன். நீ அப்புறம் வா. பூரான், கரப்பான் பூச்சியெல்லாம் இருக்கு. டோட்டு சாப்பிடவே இல்லை.'

மறுபடி அழ ஆரம்பித்தாள்.

'காலைல நிறையச் சாப்பிடக் கொடுக்கலாம்.'

அவன் மடியில் அவளே ஒரு நாய்க்குட்டி போலத்தான் படுத்துக் கொண்டிருந்தாள். அவன் காலரைப் பிடித்து இழுத்துக்கொண்டு ஒரு கையால் அவன் கையைப் பத்திரப்படுத்தி, உஷ்ணமாக மூச்சு விட்டுத் தூங்கினாள் அவள்.

காலை எழுந்தபோது, ப்ரமிளா பாத்ரூமில் குளிக்கும் சப்தம் கேட்டது.

'எப்ப எழுந்தே!' என்றான்.

'வா, வா, எழுந்திரு. நானும் டோட்டுவைத் தேடப் போகணும். எழுந்திரு.'

அவன் எழுந்திருக்க...

'டோட்டு கிடைச்சா முனீஸ்வரனுக்கு வேண்டிக்கப் போறேன். ஆமாம். அவர்கிட்ட வேண்டிக்கிட்டா எல்லாம் நடக்குமாம். நீயும் வேண்டிக்க' என்றாள்.

அவன் தலையைக் கலைத்துவிட்டு... 'தலை வார்றேனே, உன் தலை எனக்கு ரொம்பப் பிடிச்சிருக்கு.'

'பெண்டாட்டின்னா இப்படின்னா இருக்கணும். தலை வாரி விட்டு, பூட்ஸ் பாலீஷ் போட்டு, உம் பேர் நளாயினியா?'

'ப்ரமிளா.'

'எங்கே, முத்தா கொடு பார்க்கலாம்.''

'ஆளைப் பாரு' என்று அவனைப் பொய்க் கோபத்துடன் மார்பில் குத்தினாள்.

இருவரும் குளித்துவிட்டுப் புறப்பட ஆயத்தமாக வாசல் கதவைத் திறந்தபோது கீழே கதவருகில் டோட்டு கிடந்தது.

11

முதலில் டோட்டு தூங்குகிறது என்று அதை எடுத்தான். எடுத்த போதுதான் அதன் மண்டையருகில் ரத்தத்தைக் கவனித்தான். மிச்ச ரத்தம் வாயிலிருந்து மெல்லச் சொட்டியது. டோட்டு இறந்து போயிருந்தது. அதை அப்போதுதான் உணர்ந்த ப்ரமிளா, கீச்சுக் குரலில் அலறியது கிராமம் முழுவதும் கேட்டிருக்க வேண்டும்.

பரபரவென்று ஜனங்கள் கூடி வரத் தொடங்கிவிட்டார்கள்.

'அய்யோ, யாரோ பாவிப் பயலுங்க பண்ணியிருக்கணும் சார்.'

'இந்த நாயி ட்ரங்கு ரோட்டில் வேகமாகப் போய்ட்டு இருந்ததைப் பார்த்தேனுங்க.'

'முனீஸ்வரன் மரத்தாண்டை பார்த்தேங்க...'

ஷண்பேகர் வந்து கூட்டத்தை விலக்கி, எட்டிப் பார்த்து, 'மனோஜ், இது ஏதோ விபரீதம். என்ன விபரீதம் என்று கண்டு பிடிக்கு முன் மனைவியைக் கவனி. அவள் மயக்கம் வருவது போல இருக்கிறாள்...' என்றான்.

அப்போதுதான் ப்ரமிளாவைக் கவனித்தான் மனோஜ்.

'என் நாயி, என் டோட்டு... எனக்கு வேணும்... எனக்கு வேணும்... என்று அவள் தேம்பித் தேம்பி அழுது கொண்டிருந்தாள்.

சின்னக் குழந்தை போல அவளை அறைக்குள் அழைத்துச் சென்று சமாதானப்படுத்த, யாரோ துணியால் நாய் மேல் மூடினார்கள்.

'செத்த நாயி எப்படி மாடி ஏறி வருமுங்க?' என்று ஒருத்தர் சந் தேகம் கேட்க, 'செத்துப் போச்சா, உசிரு இருக்குதா பாருங்க...' என்று யாரோ சொன்னார்கள்.

'அப்படித்தான் ஒருமுறை கன்னுக்குட்டி ஒண்ணு கெடக்கலை? அப்ப தெய்வ குத்தமா?'

'தெய்வ குத்தமா?'

'ஆமாங்க, முனீஸ்வரர் மரத்தை வெட்ட இருந்தாரில்லை... அய்யா மனோஜய்யா... சொல்றதைக் கவனமாக் கேளுங்க. இந்த மரத்தை வெட்டற எண்ணத்தை முதல்ல கை விட்டுருங்க. இப்படித்தான் நாயைக் காவு வாங்குவாரு முனீஸ்வரரு. அப்புறம் மனுசங்களையே கேப்பாரு. ஒங்களுக்குத் தெரியாது.'

மனோஜ் கோபத்துடன், 'வாட் நான்சென்ஸ்? முனீஸ்வரருக்கும் நாய்ச் சாவுக்கும் எந்தச் சம்பந்தமும் இல்லை. யாரோ வேணுமின்னுட்டே அதைக் கொன்னிருக்காங்க!' என்றான்.

'யாருங்க? யாராயிருக்க முடியும்?'

'எல்லாம் அந்தப் பூசாரிதான்.'

அவர்கள் அனைவரும் திடுக்கிட்டு, 'பூசாரியைச் சொல்லாதீங்க. அவரு தினம் மூணு தபா குளிச்சுட்டு திருநீறு அப்பிக்கிட்டு பூசை பண்றவரு. செத்த நாயைத் தொடக்கூட மாட்டாருங்க.'

ஷண்பேகர் ஒரு சோடா கொண்டுவந்து ப்ரமிளாவுக்குக் கொடுத்து, 'ப்ரமிளா, டோட்டுவைச் சரியான முறையில் அடக்கம் பண்ண லாம். வேற நாய் ஏற்பாடு பண்ணுகிறேன்' என்றான்.

'டோட்டுதான் வேணும் எனக்கு.'

'எல்லாரும் போங்கப்பா' என்று ஷண்பேகர் கொஞ்சம் கூட அருவருப்பின்றி நாயைத் தூக்கி, அதன் செத்த கண்களைப் பார்த்து, 'முனீ மரத்தின் கிட்டேயே புதைக்கலாம். நேரா சொர்க்கம் போகும், வாங்கப்பா' என்றான்.

ப்ரமிளா சன்னல் வழியாக எட்டிப் பார்த்து, மறுபடி டோட்டுவைக் கூப்பிட்டாள்.

'போனாப் போவுதுங்க. அதே மாதிரி வேற நாயி ராஜபாளையம், நடேச பண்டிதர் பண்ணைல கெடைக்குங்க....'

‘ராஜபாளையம் இல்லைடா...’

மனோஜ் அவர்களைப் பார்த்தான், எல்லோரும் சேர்ந்துகொண்டு ஒரு தெரிந்த நாடகம் ஆடுவதுபோலத் தோன்றியது.

‘நான்சென்ஸ்.’

‘அதையே சொல்லிக்கிட்டு இருங்க.’

ப்ரமிளா பிரமிப்புடன் எதுவும் சாப்பிடாமல், ‘பம்பாய்க்குப் போய்டலாம். வேலை வேண்டாம். அம்மாகூடப் பேசணும். எனக்குத் தூள் பக்கோடா வேணும்’ என்று தொடர்பில்லாமல் பேசிக்கொண்டிருந்தாள். மனோஜுக்குக் கவலையாக இருந்தது.

ஷண்பேகர் டோட்டுவை நல்ல புல்வெளியில் புதைத்து, அதனருகில் கல் அமைத்து, பூக்களை அமைத்து, ‘குட்பை டோட்டு. உன்னை முழுவதும் அறிந்து கொள்வதற்குள் பிரிந்து விட்டோம்’ என்று சொல்லிவிட்டுத் திரும்பிச் சாப்பிடுவதற்கு வருமுன், போலீஸ் நிலையத்துக்குப் போய்ப் புகார் கொடுத்தான்.

‘கேள்விப்பட்டேன், நாய் செத்துவிட்டதாமே?’

‘ஆம்.’

‘என்ன ஆச்சு?’

‘எல்லோருக்குமே தெரியுமே. தெரிந்துகொண்டு பேசுகிறார்கள்.’

‘மிஸ்டர் ஷண்பேகர். எனக்கு அதில் எல்லாம் நம்பிக்கை இருக்கிறது. மரத்தை வெட்டினால் விபரீதங்கள் நிச்சயம் நிகழும். அதற்கு நான் பொறுப்பல்ல. வேணுமென்றால் ஏ.எஸ்.பி.யுடன் ரேடியோவில் பேசுகிறீர்களா?’ என்றார்.

‘யோசித்துச் சொல்கிறோம்.’

‘இடத்தை விட்டுப் போய் விடுவதுதான் உசிதம்.’

‘அவ்வளவு சுலபத்தில் விட்டுக்கொடுப்பதாக இல்லை நாங்கள். ஏ.எஸ்.பி. எல்லாரையும் பார்க்கத்தான் போகிறோம். கலெக்டர் ஆபீசுக்குப் போகவேண்டும். அதற்கு முன் அந்தப் பெண் கலக்கத்தில் இருக்கிறாள். அவளைக் கவனிக்க டாக்டரை அழைத்து வரவேண்டும்.’

ஆரம்பாக்கத்திலிருந்து ஓமியோபதி டாக்டர் வந்து பார்த்து, 'கலக்கம்தான். களைப்புத்தான். கொஞ்ச நேரம் தூங்கினால் சரியாகிவிடும்' என்று வெள்ளைக் கடுகு போல மாத்திரை கொடுத்தார்.

அவர்கள் போன பிறகுகூட ப்ரமிளா விசித்துக்கொண்டிருந்தாள்.

'ஏதாவது சாப்பிடு, பட்டினி போடாதே, டோட்டு சொர்க்கத் திலிருந்து கண்ணீர் விடும்' என்றான் மனோஜ்.

அவனை முறைத்து, 'எப்போது கேலியை நிறுத்துவாய்' என்றான் ஷண்பேகர்.

'செத்தபின்.'

'மனோஜ். சீரியஸ். வெரி சீரியஸ்! இந்த மரத்தை வெட்டக் கூடாது.'

'வெட்டாமல்!'

'பக்கபலம் இன்றி வெட்டக்கூடாது. எர்த் ஸ்டேஷனுக்கு உண்டான மற்ற காரியங்களைப் பார்க்கலாம். மெஷர்மெண்ட் எடுக்கும்போதுதான் மரத்தை வெட்ட வேண்டி வரும். அப் போது நம் பம்பாய் மேலதிகாரிகளை வரவழைத்துக் கொள்ள லாம். இப்போதைக்கு மரத்தை வெட்டப் போவதில்லை என்று தலையாரியிடம் சொல்லிவிடலாம். இந்த ரோட்டில் போனால் நம் உயிருக்கே ஆபத்து வந்துவிடும் போல உள்ளது. பைத்தியக் கார ஜனங்கள்.'

'ஏதோ ஒரு சதி இருக்கிறது ஷண், இதில்.'

'எதாயிருந்தாலும் இப்போதைக்கு அதை நாம் கவனிக்க வேண் டாம். மரத்தை வெட்ட வரவில்லை. ப்ராஜெக்ட் ஆபீஸ் சொன்ன இடத்தில் எர்த் ஸ்டேஷனை நிறுவுவதுதான் நம் வேலை.'

ராத்திரி ப்ரமிளா விளக்கை அணைக்காது தூங்கவேண்டும் என்றாள். அவள் அம்மாவுடன் பேச வி-சாட் மூலம் இணைப்பை முயன்று பார்த்தில் அம்மா, அப்பா இருவரும் வெளியூர் போயிருக்கிறதாகத் தகவல் வந்தது. அவன் மேலதிகாரியுடன் பேசும்போது, 'என்ன மனோஜ், மரத்தை வெட்டி விட்டாயா?'

'வெட்டப் போகிறோம் சார்.'

‘ஏதாவது ப்ராப்ளமா?’

‘இ... இல்லை.’

‘வெட்டி விடு. நான் ஸி.எம்.எல்லில் கேட்டேன். முந்நூறு மீட்டர் வட்டத்துக்குக் கிளியராக இருக்கவேண்டும் என்று சொல்லியிருக்கிறார்கள். அதிலிருந்து வழுவினால் கேரண்டி நாய்ஸ் ஃபிகர் வராது. உத்தரவாதப்படி வராது. டெலிவிஷன் எல்லாம் மணலாகத் தெரியும். வெட்டு!’

‘சார் அது வந்து...’

ஷண்பேகர், அவன் மேலே பேசுவதைத் தடுத்து நிறுத்தினான். ‘இப்போ வேண்டாம்’ என்று சைகை செய்தான்.

அப்போது ஷண்பேகரைப் பார்ப்பதற்கு நடேச பண்டிதரின் வீட்டுப் பெண் வந்திருந்தாள். ‘உங்களுக்கென்று செய்து வைத்த பொறியல்’ என்று சொல்லிவிட்டு, ‘அவனை வாத்ஸல்யத்துடன் பார்த்து, ‘இவங்ககிட்டச் சொல்லுங்க. நம்ம வீட்டில வந்து படுக்கட்டும். நிறைய எடம் கெடக்குது. சைட்டிலேயே படுத் திருப்பாரு போல...’ என்று கள்ளிப் பெட்டிகளில் அமைத்த ஷண்பேகரின் படுக்கையைப் பார்த்துச் சொன்னாள்.

ஷண்பேகர் அவனிடம் ‘என்ன சொல்கிறாள்?’ என்று கேட்டான்.

‘அவள் வீட்டில் வந்து படுத்துக் கொள்’ என்கிறாள்.

ஷண்பேகர் அவளையே பார்த்து, ‘பார்க்கலாம்’ என்றான் தமிழில்.

‘தமிழு பேசதாரு?’

‘மூணு வார்த்தை’ என்றான் மனோஜ். ‘நீங்க போங்க’ என்றான்.

போனதும், ‘ஷண்பேகர் உன்னிடம்...’

‘மறுபடி உபதேசமா? அலுத்துவிட்டது. என் விவகாரங்களில் தலையிடாதே. எனக்கு எந்தச் சிக்கலிலிருந்தும் தப்பிக்கத் திறன் இருக்கிறது. நீ எல்.என்.ஏ.யைக் கவனி. நான் கம்ப்யூட்டரைக் கவனிக்கிறேன். முனீஸ்வரன் மரத்தை நம் பாஸ் வந்ததும் கவனிக்கட்டும். வா கருப்பாயி...’

கள்ளிப் பெட்டிகளைத் திறக்கும்போது, ஒரு பாம்பு மூலையில் ஒளிந்துகொண்டிருந்தது. அடிப்பதற்குள் அது மற்றொரு பாக்ஸின் பிளவில் போய் மறைந்துகொண்டது.

‘இது வேறயா’ என்றான் மனோஜ். ‘யாருய்யா பாம்பு புடிக்கிற வங்க. இதுகூட முனீஸ்வரன் பாம்பு, வாழும் பாம்புன்னு புரளி பண்ணாதீங்க....’

‘பாம்பு என்ன நிறமா இருந்ததுங்க?’

‘அழுக்கா இருந்ததுப்பா. நாகப் பாம்பு இல்லை. அடிக்கணும்...’

‘அடிச்சுரலாங்க’ என்று அவர்கள் தயங்க, ஷண்பேகர் தனக்கு ஒத்தாசைக்கு வந்திருந்த பெண்ணைக் கூப்பிட்டு, ‘ஸ்னேக் அடிக்கிறியா?’ என்றான்.

அவள் சிரித்து ஒரு பெரிய கல்லை எடுத்து வர, ஷண்பேகர் அந்தப் பெட்டியைத் திருப்பினான். பாம்பு இல்லை.

‘அது இந்நேரம் முனீஸ்வரன் திரும்ப வரவழைச்சிருப் பாருங்க...’

‘என்னது?’

‘அவருதாங்க எச்சரிக்கையா அனுப்பிச்சிருக்காரு. இப்பத் தேடுங்க. பாம்பு கண்ல படாதுங்க. தினம் வருங்க, இனி இதே சமயத்துக்கு.’

‘கடியாரம் கட்டியிருக்காய்யா பாம்பு?’

‘ஓங்களுக்கு எல்லாம் கேலிதாங்க....’

ஆனால் அந்தப் பாம்பு அனைத்துப் பெட்டிகளைப் புரட்டிப் போர்த்தும், தேடிப் பார்த்தும் தென்படவில்லை.

‘அவர்கள் சொல்வதில் உண்மை இருக்கிறது போலத்தான் தோன்றுகிறது’‘ என்றான் ஷண்பேகர்.

‘டோண்ட் பி சில்லி’ என்றான் மனோஜ்.

சாயங்காலம் ஜெனரேட்டர் ஸ்டார்ட் பண்ணுவதற்காக அதன் ஹாண்டிலை எடுத்தபோது, பாம்பு ஷண்பேகரைக் கடித்து விட்டது.

12

ஷண்பேகர் அதிகம் பதற்றப்படாமல் இருந்தாலும் அவன் கால்களில் இரண்டு ரத்த முத்துக்கள் தெரிந்ததில் அவன் தேகம் எங்கும் வியர்த்துவிட்டிருந்தது. 'மனோஜ், உடனே என்னை தாலுக்கா, ஜில்லா, எட் குவார்ட்டர்ஸ் ஏதாவது ஆஸ்பத்திரிக்கு அழைத்துக்கொண்டு போவது அவசியமாகிறது. இல்லை என்றால், இந்த செல்வியைக் கணக்குப் பண்ணாமல்கூடச் செத்துப் போய்விடுவேன். எனக்கு எத்தனையோ இருக்கிறது. சாவதாக உத்தேசம் இல்லை!' என்று கொஞ்சம் சம்பந்தமில்லாமல் பேசத் தொடங்கினான்.

அவனக்குப் பெரிசாக மூச்சு வாங்கிக் கைகள் உதற ஆரம்பித்தன.

ஜீப் வருவதற்குக் கொஞ்சம் நேரமாகிவிட, அந்தப் பெண் செல்வி, அவனை உட்கார வைத்து நெற்றியெல்லாம் ஒற்றி, தடவிக் கொடுத்தாள்.

'என்ன பாம்புங்க அது?'

'என்ன பாம்பா இருந்தா என்ன? கடிச்சிருச்சு.'

'இந்தப் பாம்பு தப்பிச்சிருச்சா?'

'மறுபடி மரத்துக்குப் போயிருச்சு.'

'மரத்திலிருந்து வந்தது மரத்துக்குப் போயிருச்சு. முனீஸ்வரன் அனுப்பிச்ச பாம்புங்க.'

'அய்யோ, பேசியே என்னைச் சாகடித்து விடுவீர்கள் போலிருக் கிறதே!' என்று அதட்டினான்.

'யாராவது ஏதாவது காரியம் பண்ணுங்களேன், எங்கே ஜீப்?'

'ஆள் போயிருக்கிறது.'

'அதற்குள் நான் செத்துப் போய்விடுவேன். எனக்கு இப்போதே கண் மயக்கம் ஏற்படுகிறது. மனோஜ், நான் சாக்ரட்டிஸ் மாதிரி... எனக்குக் கொஞ்சம் கடன் இருக்கிறது.'

'டோண்ட் பி சில்லி.'

'இது என்னய்யா?'

ஓர் ஆசாமி பச்சையாக ஏதோ கொண்டு வந்தான்.

'முனீஸ்வரன் மரத்து இலைங்க. அதை அரைச்சுக் கடிபட்ட இடத்து மேல பத்துப் போடச் சொல்லுங்க.'

'அதெல்லாம் வேலை செய்யாதுய்யா. அதுவும் கட்டுவிரியன்.'

'அட போடுங்கய்யான்னா' என்று அவன் அதட்ட, ஷண்பேகர் என்னவென்று விசாரித்தான்.

'ஸம் கண்ட்ரி மெடிஸின் ஃப்ரம் தட் ட்ரீ! யு வில் பி ஆல்ரைட் ஷண்...'

'எதையாவது போடு, போகும் வரை' என்றான்.

அவர்கள் அவன் காயத்துக்குமேல் கட்டியிருந்த கயிற்றைத் தளர்த்தி, அந்த இடத்தில் அந்த மரத்துப் பச்சிலைத் துவையலை வைத்தார்கள்.

ஜீப் வருவதற்குள் ஷண்பேகருக்குச் சரியாகிவிட்டிருந்தது. வியர்வை ஊற்றுவது நின்றுபோய், குரலில் நடுக்கம்போய், தெளிவு வந்து, காலைக் கையை உதறக்கூட ஆரம்பித்து விட்டான்.

'காயம்...போச்சு' என்றான்.

'பாத்தீங்களா...'

'ஐ காண்ட் பிலீவ் இட்.'

‘என்ன சொன்னேன் பாத்தீங்களா! ஆஸ்பத்திரியும் வேண்டாம். எதும் வேண்டாம். இன்னேரம் சேட்டு செத்திருப்பாரு. பாத்தீங் களா நம்ம முனிபலத்தை! இதைப் போய் வெட்டறிங்களே...’

‘பாம்பை அனுப்பிச்சுத் தன் சக்தியைக் காட்டறதுக்குன்னே செய்திருக்காரு. ரொம்பக் கிண்டல்காரருங்க.’

‘யாருப்பா?’

‘நம்ம முனீஸ்வரருதாங்க. இந்தச் சின்னப் பசங்க வெவரம் தெரியாம ஸைன்ஜு அது இதுங்கறாங்க. அதுக்கு அப்பாலும் ஒரு ஞானம் இருக்குதுன்னு நிரூபிச்சே காட்டிட்டாருங்க. அதுக் காகத்தான் இந்த தெய்வத்துக்குக் கூட்டம் வந்து அம்முது. கலியுக தெய்வங்க. இப்படித்தான்... ஒரு முறை...’

மனோஜ் பிரமிப்புடன்தான் இருந்தான். நம்பவே முடியவில்லை. அவர்கள் சொல்வதில் ஏதோ இருக்கிறதோ!

ஷண்பேகர் ஒரு சிகரெட் பற்ற வைத்து, காலில் கட்டை உருவிப் போட்டு, ‘எல்லோரும் பேக் அப்! செல்வி மட்டும் இருக்கலாம். கருப்பாயி நீயும் இரு’ என்று சொல்லிவிட்டு, பாக்ஸின் மேல் உட்கார்ந்திருந்த கம்ப்யூட்டரின் பச்சைத் திரையை உயிர்ப்பித்து, எழுத்துக்கள் பண்ண ஆரம்பித்தான்.

கிராமத்தவர்கள் வியப்புடன் முனீஸ்வரனின் பல்வேறு பெருமை களைப் பேசிக்கொண்டு செல்ல, அன்று கணிசமான வேலை நடந்தது. எல்லா பாக்கிங் பாக்ஸ்களையும் களைந்து ஓரத்தில் அடுக்கி, பாலித்தின் உறைகளை நீக்கி, ஃபவுண்டேஷன் போல்ட் போட்ட கவுண்டர் பாய்ஸுக்கு ஆரங்களை வெட்டி நிறையவே பண்ணி விட்டான் ஷண்பேகர்.

கம்ப்யூட்டரில் செல்வி, கருப்பாயி இருவர் உதவியுடன் சிஸ்டம் செக் எல்லாம் முடித்து விட்டதாகச் சொன்னான். துளை வைத்த காகிதத்தில் இடது கையால் செல்வியைப் படம் வரைந்து, அதை அவளிடம் கொடுத்தான். அவள் சிரிப்பில் கன்னம் முழுவதும் சிவந்தது.

கருப்பாயி, ‘என் போட்டோ?’ என்றாள்.

‘உன்னையும் போட்டோ பண்றேன் கவலைப்படாதே!’

மனோஜ், அவன் விஷமக் கண்களைப் பார்த்து, 'நீ பாம்பு கடித்துச் செத்துப்போயிருக்கலாம் என்று தோன்றுகிறது.'

'அத்தனை சுலபமாகச் சாவேனா?'

'ஷண், வாட் ஹாப்பண்டு?'

'என்ன?'

'எப்படி நீ காப்பாற்றப்பட்டாய்?'

'சிம்பிள்! பாம்பு விஷப்பாம்பு இல்லை, ஏதோ வயல் பாம்பு. மண் பாம்பு.'

'சே, இந்த மாதிரி நினைக்கவே இல்லை.'

'எனக்குப் பதினைந்து நிமிஷத்தில் தெரிந்துவிட்டது. பயத்தால் தான் வியர்த்திருந்தேனே ஒழிய, டாக்ஸிக் ஸிம்ப்ட்டம்ஸ் எதுவும் இல்லை. இருந்தும் கொஞ்சம் புஹானா செய்தேன். இந்தப் பெண்ணின் சிச்ருஷை கிடைத்ததல்லவா. லுக் அட் ஹர் ஐஸ்... ஆகஸ்ட் மாதத்து நாவல் பழம் போல.'

ஆண்டெனாவின் பாகங்களைச் சுளை சுளையாகப் பிரித்தான். ஃபீட் ஹார்ன்கள் சேதமில்லாமல் வந்திருந்தன. எல்.என்.ஏயும் சரியாக இருந்தது.

'இன்னும் பதினைந்து நாட்களுக்குள் முடித்துவிடலாம்.'

'மரம்?'

'மரம்...'

திரும்ப டி.ஸி.யின் விட்டுக்கு வந்தபோது, 'ப்ரமிளா தன் பெட்டி படுக்கைகளை எடுத்துக்கொண்டிருந்தாள்.

'என்ன?'

'எனக்கு டோட்டு இல்லாமல் பைத்தியம் பிடித்துவிடும்.'

'உனக்கு டோட்டு முக்கியமா, நான் முக்கியமா?'

'ரெண்டு பேரும்தான்' என்றாள்.

'நான் உன் அப்பாவிடம் பேசி, பம்பாயிலிருந்து வரச் சொல்லட்டுமா?'

‘அவர்கள் வரமாட்டார்கள். நான் போகிறேன். எனக்கு இந்தக் கிராமம் அலுத்துவிட்டது. டோட்டு ஞாபகமாகவே இருக்கிறது.’

‘கிராமத்தில் எத்தனையோ குட்டி நாய்கள் காணக்கிடைக்கின்றன, அது என்ன தவீஸ்?’

‘முனீஸ்வரன் தாயத்து.’

‘எதற்கு?’

‘டோட்டு திரும்பி வரும் என்று சொல்லியிருக்கிறார்கள்.’

‘என்னது?’

‘பூசாரி என்னிடம் வந்து தாயத்தை வைத்து, ராகுகால பூஜை செய்தால் பதினைந்து நாட்களில் டோட்டு உயிருடன் திரும்ப வரும் என்று சொல்லியிருக்கிறார்.’

‘வாலை ஆட்டிக்கொண்டு?’

‘ஆமாம்.’

ஷண்பேகரும் மனோஜும் பார்த்துக்கொண்டார்கள்.

‘என்ன விந்தையான கிராமம் இது’ என்றான் மனோஜ்.

‘இங்கே பக்தியும் கிடைக்கிறது. பாங்கும் கிடைக்கிறது. பொட்டலம் மூன்று ரூபாய். பக்கத்தில் பெரிய காலேஜ் இருக்கிறதாம், முப்பது கிலோ மீட்டரில்.’

பூசாரி வந்து ப்ரமிளாவின் நெற்றியில் குங்குமம் வைத்துவிட்டு மனோஜுக்கும் ஷண்பேகருக்கும் பிரசாதம் கொடுத்து, ‘பாம்பு கடிச்சு உயிரோட இருக்காருன்னாப் பாத்துக்கங்க, டி.ஸி.ய்யா’ என்றார்.

‘இஸ் இட் ட்ரு ஷண்பேகர்!’ என்றார் டி.ஸி.

‘இட்ஸ் ட்ரு. மிராக்குலஸ்’ என்ற ஷண்பேகர், ‘ஸம்திங்ஸ் காண்ட் பி எக்ஸ்ப்ளெய்ண்டு.’

‘பாம்பு கடிச்ச செய்தி போயி பக்கத்து கிராமத்தில் இருந்த தெல்லாம் வண்டி கட்டிக்கிட்டு வந்திருக்காங்க... மரத்தடியில் எத்தனை கூட்டம் பாருங்க. அஸ்பெஸ்டாஸ்ல ஒரு ஷெட்

போட்டுட்டு, பஸ் ஸ்டாண்டும் வச்சுட்டிங்கன்னா உங்களுக்கு பிரமோசன் வந்துருங்க!' என்றான் பூசாரி.

'பார்க்கலாம். லேண்டு இவங்களுது.'

'இவங்கதான் இடத்தை மாத்தறதாச் சொல்லிட்டாங்களே!'

'அப்படியா!'

மனோஜ், 'அதெல்லாம் இல்லை' என்றான்.

'அட்லீஷ்ட் மரத்தை வெட்ட மாட்டாங்க இனிமே. கண் கூடாப் பார்த்துட்டீங்க. முனீஸ்வரன் கோபத்தையும் சாந்தத்தையும்... நாயச் சாவடிச்சு மனுசனைப் பொழைக்க வெச்சுட்டாருங்க...'

'அப்ப இந்தாளு நாய் உயிருங்கறீங்க. ஷண், யு னோ வாட் ஹி ஸேஸ்' என்று அவனுக்கு மொழிபெயர்க்க, ஷண்பேகர் 'வவ் வவ்' என்றான். 'ப்ரமிளாவின் மடியில் இருப்பதென்றால் நான் டோட்டுவாகச் சம்மதம்.'

'எல்லாம் கிண்டல்தாங்க உங்களுக்கு. ஆனா ஒருநா நம்பிக்கை வந்துதான் ஆகணும் உங்களுக்கு.'

ஷண்பேகர், ராத்திரி நடேச பண்டிதர் வீட்டில் செல்வி சாப்பிடக் கூப்பிட்டிருக்கிறதாகச் சொல்லிவிட்டுப் போய்விட்டான். மனோஜ், இல்லாததைக் கற்பனை பண்ணிக்கொண்டான். இந்த சபலத்தில் ரசாபாசமாகச் செய்துவிடப் போகிறானே என்று கவலைப்பட்டான். ஆனால் ஷண்பேகர் காதலிக்கவும் தெரிந்தவன், சமாளிக்கவும் தெரிந்தவன், சாதுர்யங்களும் தெரிந்தவன். அவன் முட்டாள்தனமாக ஏதும் செய்ய மாட்டான். சந்தர்ப்ப மறிந்துதான்... என்று அதைப்பற்றி நினைக்க அவன் விரும்பவில்லை.

ப்ரமிளாவும் டி.ஸி.யின் மனைவியும் இப்போது பரம முனீஸ்வர பக்தைகள் ஆகிவிட்டதில் ப்ரமிளா பாண்ட் ஜீன்ஸ் போட்டுக் கொள்வதை மறந்துபோய், ஏதோ அவளே அம்மன் போலத் தழைய வாரி, நெற்றி பூராக் குங்குமம் இட்டுக்கொண்டு, ஜீப்பில் முனீஸ்வரன் கோயில் போய்விட்டு வந்தார்கள். ராத்திரி எல்லோரும் டெண்ட் சினிமாவில் 'சின்ன தம்பி' பார்ப்பதாக ஏற்பாடாயிற்று.

டி. ஸி. வந்திருக்கிறார் என்று மரியாதையாக பேண்டு வாசித்
தார்கள். தனிப்பட்ட பெஞ்சுகளின்மேல் ஜமுக்காளம் விரித்து,
அவர்களுக்காகக் காத்திருந்து படம் ஆரம்பித்தார்கள். ஷண்பேகர்
செல்வியின் பக்கத்தில் உட்கார்ந்திருந்தான். கருப்பாயியும்
உட்கார்ந்திருந்தாள். படத்தின் இடைவேளையின் போது
ஷண்பேகர் செல்வி இருவரையும் காணவில்லை. மனோ
ஜுக்குக் கவலையாக இருந்தது. படம் முடிந்தது. ஜீப்பைத்
தொடர்ந்து ஓர் உருவம் வர, நிறுத்திப் பார்த்ததில் நடேச
பண்டிதர், 'அய்யா, செல்வியைப் பார்த்தீங்களா?' என்று
மனோஜைக் கேட்டார்.

·

13

முதலில் மனோஜுக்கு ஷண்பேகரின்மேல் ஆத்திரம் வந்தது. பெண்ணை எங்கேயோ அழைத்துச் சென்றிருக்கிறான். இருக்கிற சிக்கல் போதாது என்று இது வேறு. அந்தப் பெண் பண்டிதருக்கு என்ன உறவு என்று சரியாகப் புரியவில்லை. ஷண்பேகரிடம் பாஷை தெரியாத பெண்களைக்கூட ஆகர்ஷிக்கும் திறமை இருப்பதைப் பற்றிப் பொறாமைப்பட்டான்.

'ரெண்டு பேரும் சினிமா பார்த்துக்கிட்டு இருந்தாங்க. எங்க திடீர்னு காணாமப் போய்ட்டாங்க?' என்று பண்டிதர் கேட்க, ப்ரமிளா, 'உன் ஃப்ரண்டு' என்றாள்.

'இந்த இருட்டில் எங்கே போயிருப்பான்?'

'சைட்டுக்குப் போயிருப்பாங்களோ?' என்றார் பண்டிதர்.

'இருக்காதுங்க.'

'விளக்கு எரியுது.'

தூரத்தில் சைட் அருகில் விளக்கு எரிந்தது. ஜெனரேட்டர் சப்தம் மெலிசாகக் கேட்டது.

'இந்த வேளையில் போய்...' என்பதற்குள் டி.ஸி., 'வாங்க, போய்ப் பார்த்துரலாம். அங்க இந்தப் பொம்பளை இல்லைன்னா விபரீதம்.'

'இருந்தாலும் விபரீதம்தான்' என்றான் மனோஜ் மெல்ல.

எல்லோரும் ஜீப்பில் ஏறிக்கொண்டு சைட்டுக்குப் போனபோது இங்கிருந்தே மனோஜ் ஹாரன் அடித்தான். எச்சரிக்கையாக இருக்கட்டுமே! அவர்கள் இருவரையும் சந்தேகத்துக்கிடமான நிலையில் பார்க்க விரும்பவில்லை.

சைட்டில் விளக்கு முன்னறையில் எரிந்துகொண்டிருக்க, உள்ளே கம்ப்யூட்டர் விசைப்பலகையின எழுத்துக்களை ஒத்தும் சின்னச் சின்னச் சப்தங்கள் கேட்டன. ‘ஷண்’ என்று கேட்டுக்கொண்டே உள்ளே நுழைந்தான்.

‘யார்!’

‘என்ன செய்கிறாய்?’

‘சினிமா புரியவில்லை. கம்ப்யூட்டரில் பாக்கி இருக்கும் வேலையைச் செய்ய வந்துவிட்டேன். சிஸ்டம் செக் பண்ண?’

‘அந்தப் பெண் எங்கே?’

‘எந்தப் பெண்?’

‘செல்வி.’

‘உங்களுடன் வரவில்லை?’

‘இல்லை.’

‘என் பக்கத்தில்தான் சினிமாவில் உட்கார்ந்திருந்தாள். அவளை ப்ரமிளாவின் பக்கத்தில் உட்கார அனுப்பிவிட்டேன். ப்ரமிளா, உன்னிடம் வரவில்லை?’

‘இல்லை.’

‘செல்வி எங்கே?’

‘ஒருவேளை தலைவலி என வீட்டுக்குப் போயிருக்கலாமோ?’

‘ஷண், உன்னுடன் செல்வி வரவில்லையா? நிச்சயமாகச் சொல்.’

‘நிச்சயம் சொல்வேன். எனக்கு என்ன பயம்? அழைத்து வந்தால், அழைத்து வந்தேன் என்று சொல்கிறேன். நான் இங்கே வந்தது, தனியாக கம்ப்யூட்டரைக் கவனிப்பதற்காக!’

'சரிதான்.'

'நான் போயி வீட்டிலபார்த்துட்டுத் தகவல் சொல்றேங்க, ஏதாவது விபரீதமா ஆயிரப் போவுது' என்றார் பண்டிதர்.

அவர்கள் சைட்டை விட்டு விலகும்போது, முனீஸ்வரன் மரத்துக்கு அருகில் நிறுத்தி, டி.ஸி.யின் டார்ச் விளக்கு வெளிச்சத்தில் மரத்தருகே பார்த்தார்கள்.

செல்வி அங்கே மரத்தடியில் தொங்கிக்கொண்டிருந்தாள். தலை கலைந்திருந்தது. நெற்றியில் குங்குமம் அப்பியிருந்தது.

'செல்வி' என்று யாரோ அபசுரமாகக் கூக்குரலிட அவள் உடல் காற்றில் லேசாக அசைய, தலை சாய்வாகத் தொங்கியது. கை விரல்கள் உள்வாங்கியிருந்தன.

'செல்வி, என்னம்மா ஆச்சு ஒனக்கு? அய்யோ...' என்று பண்டிதர் அலற.

'முனீஸ்வரன்... முனீஸ்வரன்...'

'அய்யோ, என்ன விபரீதம்' என்றார் நடேச பண்டிதர்.

டி.ஸி. மனோஜிடம், 'சீக்கிரம் போய் போலீஸ் ஸ்டேஷன்ல கான்ஸ்டபிளை எழுப்பி வாங்க. ப்ரமிளாவையும் கூட்டிப் போயிருங்க' என்றார்.

ப்ரமிளா சரியாகப் பார்க்காமல், 'செல்விக்கு என்னாச்சு?' என்றாள்.

டி.ஸி.யின் மனைவி பயத்தில் கூக்குரலிட்டு மறுபடி 'முனீஸ் வரன்... முனீஸ்வரன்' என்றாள்.

'ஷண்பேகர்' என்று அதட்டி அழுத்தமாகக் கூப்பிட்டான் மனோஜ். அவன் அங்கிருந்து - விளக்கு வெளிச்சத்தில் விளிம் பாகத் தெரிந்தது- 'வாட் இஸ் இட்?' என்றான்.

'தி கேர்ள் இஸ் டெட்' என்று இரைச்சலாகச் சொன்னான் மனோஜ்.

'வாட்?'

அவன் அருகில் ஓடி வர, அப்போது நடேச பண்டிதர் கண்ணீரைத் துடைத்துக்கொண்டு, செல்வியை மரத்திலிருந்து இறக்க முயற்சி செய்தார். மனோஜ் மரத்தை டார்ச் வெளிச்சத்தில் பார்த்தான். வேரடியில் ரத்தமா, குங்குமமா தெரியவில்லை. அகல் விளக்கு பொந்துக்குள் எரிந்துகொண்டிருந்தது. மனோஜுக்கு உடம்பெல்லாம் மயிர்க் கால்கள் நின்றன.

‘ஷி இஸ் கான்! மர் கயா!’ என்றான் ஷண்பேகர்.

ப்ரமிளா ஹிஸ்டரிக்கல் ஆகிவிட்டாள். அவள் பயத்தில் பேச்சுக் குழறி, ‘பம்பாய் பம்பாய்’ என்று ஸ்மரித்துக்கொண்டிருந்தாள்.

டி.ஸி.யின் மனைவி ஜீப்பில் உட்கார்ந்துவிட்டாள்.

நடேச பண்டிதரும் ஷண்பேகரும்தான் செல்வியை இறக்கினார்கள்.

‘போலீஸ் வரட்டும்பா.’

‘உயிரு இருக்கப் போவுதுங்க.’

‘அவர் செய்ததுதான்’ என்றாள் டி.ஸி.யின் மனைவி.

‘யாரு?’

‘முனீஸ்வரன்தான்.’

‘சும்மாரு’ என்றார் டி.ஸி.

‘வர வர முனீஸ்வரர் பயங்கரம் சாஸ்தியாகிக்கிட்டு இருக்குது...’ என்றார் பண்டிதர். ‘முதல்ல என்னவோ புரளின்னுதான் நினைச்சேங்க. ஆனா இப்ப இந்தப் பொண்ணுக்கு ஆனதைப் பார்த்தா... சொந்தத் தங்கச்சி மாதிரி வளத்தேனே, செல்வி... செல்வி என்ன ஆச்சுது உனக்கு? முனீஸ்வரா, எதுக்காக இந்தத் தண்டனை? என்ன குற்றம் செய்தா இவ? அய்யய்... அய்யோ! என்று குரல் நடுங்க வாய் விட்டு அழுதார் பண்டிதர்.

பின்னிரவு இரண்டு மணியாகியும் யாரும் வராமல் போகவே, மனோஜ் சாலையில் நடக்க ஆரம்பித்தான். ஷண்பேகரும் கூட வருவதாகச் சொன்னான். நடேச பண்டிதரை உடலுக்குக் காவல் இருக்கச் சொல்லிவிட்டு, பெண்களை ஜீப்பில் அனுப்பி விட்டார்கள். சாலையில் நடந்து செல்லுகையில்...

'ஷண்! என்ன ஆச்சு சொல்லு?'

'என்ன?'

'பெண் உன்னுடன் வரவில்லையா!'

'டோண்ட் பி சில்லி...'

இருவரும் நடந்து சென்றபோது காலடிச் சப்தம் கேட்கும் மௌனம்.

'ஷண், அவள் நிச்சயம் உன்னுடன் வரவில்லையா?'

'மனோஜ், நான் கம்ப்யூட்டரைப் பார்க்க நேராக வந்து விட்டேன்.'

'சினிமாவில் உங்கள் இருவரையும் சட்டென்று காணோம். ஷண், என்னிடம் பொய் சொல்லாதே, உன்னைத் தொடர்ந்து இவள் வரவில்லையா?'

'இல்லை.'

'என்னிடம் உண்மையைச் சொல்லிவிடுவது நல்லது.'

அவன் எரிச்சலுடன் 'சில்லி! நான் தனியாகத்தான் சினிமாவிலிருந்து புறப்பட்டு வந்தேன்.'

'அந்தப் பெண் உன் அருகில் உட்கார்ந்திருந்தாளே?'

'இருந்தால் சந்தேகம் வரும் என்று அவளை ப்ரமிளாவிடம் போய் உட்காரும்படி சொல்லிவிட்டேன்.'

'பின் என்ன ஆயிற்று?'

'எனக்கு என்ன தெரியும்?' மனோஜ். நீ கேள்வி கேட்பதைப் பார்த்தால் என் மேல் சந்தேகப்படுகிறாய் போலிருக்கிறதே!'

'அவர்கள் சந்தேகப்படலாம்.'

'வாட் டு யு மீன்? மை காட்! மனோஜ் திஸ்... திஸ்... ஷக்ஸ்...'

'என்னிடம் இப்போதும் உண்மையைச் சொல்லுதல் நல்லது.'

'என்ன விளையாடுகிறாய்? நான் தனியாகத்தான் வந்தேன்'.

'சரி.'

'நான்சென்ஸ்! நான் என்னவோ பெண்களுடன் சுமுகமாகப் பழகினதால் எல்லாப் பெண்களையும்...'

'நீயே என்னிடம் சொல்லியிருக்கிறாய், இந்தப் பெண்ணைக் கணக்கு பண்ணப் போவதாக உத்தேசம் என்று...'

'விளையாட்டுக்கு, வேடிக்கைக்குச் சொல்லக் கூடாதா! மை காட்! மனோஜ், கம் ஆஃப் இட். நீயே சந்தேகப்பட்டு என்னைச் சிறைக்கு அனுப்பிவிடுவாய் போல இருக்கிறதே!'

'என்ன செய்வது? ஐம் நாட் கன்வின்ஸ்ட். ஐ வாண்ட் டு பி ஷ்யூர் ஷண்.'

'பார் என் நண்பனே! ஒரு கணமேனும் சந்தேகிக்காதே. என்னை உனக்குத் தெரியாதா? பேசுவேனே தவிர கோழை நான். இரவில் வெளியே போனதெல்லாம் தம் அடிக்கவோ கொஞ்சம் பொட்டலம் கிடைக்கிறது என்று ஊதுவதற்கோதான். புரியாத தேசத்தில் புரியாத பாஷையில் பேசும் மனிதர்களிடம் அதுவும் பெண்களிடம் வம்பு வைத்துக்கொள்ள அவ்வளவு முட்டாள் இல்லை நான். அந்த கருப்பாயி என்கிற பெண்ணை நான் அழைத்து வந்தது, அவளுக்கு இங்கிலீஷ் கற்றுக்கொடுத்து அதை கம்ப்யூட்டரில் ஒரு பேசிக் ப்ரொக்ராம் எழுதவைக்கும் ஒரு பரிசோதனைக்காகத்தான்.'

'என்னவோ உளறுகிறாய்.'

'மனோஜ் எனக்குக் கவலையாக இருக்கிறது.'

'என்ன?'

அவன் குரல் நடுங்கியது. 'என்னைப் பிடித்துக்கொள்ள மாட்டார் களே!'

'நீ எதும் செய்யவில்லைதானே?'

'இல்லை, இல்லை, இல்லை.'

'அப்படியென்றால் எதற்குப் பயப்படவேண்டும்?'

'உன் குரலில் சந்தேகம் தொனிக்கிறதே?'

'அது நீயாகக் கற்பனை பண்ணிக்கொள்வது.'

'மனோஜ் என்னைக் காப்பாற்றவேண்டியது உன் பொறுப்பு. ஏதாவது விபரீதம் நிகழ்ந்தால் காப்பாற்றவேண்டியது உன் பொறுப்பு. நீதான் கேப்டன். தலைவன். பொறுப்பற்ற தேசத்தில் எனக்குத் தெரிந்த இரண்டு தமிழ் வார்த்தையை வைத்துக் கொண்டு...'

'என்ன வார்த்தை?'

'விளக்கை அணை.'

'இதை ஒருபொழுதும் யாரிடமும் சொல்லாதே.'

இருவரும் ஆரம்பாக்கத்தை அடைந்தபோது, எதிரே இரண்டு கண்கள் தெரிந்தன. சாலையில் அவை பெரிதாகி, அவர்களருகில் நிற்க, தூக்கம் கலைந்த போலீஸ் இன்ஸ்பெக்டர், கையில் டார்ச் கம் கழுத்து மப்ளருமாக கான்ஸ்டபிளுடன் 'எங்க போறீங்க?' என்றார்.

'உங்களைச் சந்திக்கத்தான்.'

'பாடி எங்க இருக்கு?'

'மரத்துக்குப் பக்கத்தில்.'

'எங்கயும் போயிராதீங்க. ஓட்டல்லயே இருங்க. விசாரிக்க வரணும்.'

'சரிங்க.'

ஜீப் மறைந்ததும், 'என்ன சொன்னார்?' என்றான் ஷண்பேகர்.

'விசாரிக்க வருவதாகவும் ஓட்டலிலேயே இருக்கும்படியும் சொன்னார்.'

ஷண்பேகர் அப்படியே சாலையில் உட்கார்ந்துகொண்டு 'நான் காலி' என்று மனோஜின் காலைப் பிடித்துக்கொண்டான்.

14

ஷண்பேகரை சாலையிலிருந்து எழுப்பிய மனோஜ், ‘என்ன இது ஷண்? பயப்படாதே. உன்னை யாரும் ஏதும் செய்ய முடியாது. என் மனசுக்குள் நிச்சயம் ஏற்படவே அந்தக் கேள்விகள் எல்லாம் கேட்டேன்’ என்றான்.

‘இருந்தும் என் மேல் சந்தேகம் வருகிறாற்போல் நடந்து கொண்டிருக்கிறேன் போலத்தெரிகிறது.’

‘ஆம். எதையும் மறைக்காதே.’

‘முதலில் பம்பாய்க்கு போன் பண்ணி, லீகல் டிப்பார்ட்மெண்டில் இருந்து யாரையாவது வரவழைக்க வேண்டும்.’

‘சரி.’

‘மனோஜ், இப்படியே பம்பாய்க்குப் போய்விடவா?’

‘சந்தேகம் வலுக்கும். போலீஸ் அங்கேயும் உன்னைத் துரத்தும். பதற்றப்படாதே. உன்னை யாரும் கைது செய்யவில்லை.’

‘ஆண்டிஸிப்பேட்டரி பெய்ல் வாங்கிவிடலாமா?’

‘உளறாதே’ என்றான்.

சிகரெட் தேவையாக இருந்தது ஷண்பேகருக்கு. கீழே போட்டதை எடுத்து, மறுபடி பற்றவைத்துக்கொண்டான். பஃப் என்று இழுத்தான். ‘நான் அந்தப் பெண்கள் அனைவருக்கும் கம்ப்யூட்டர் கற்றுக்கொடுக்க விரும்பினேன்.’

‘இதை யாரிடமும் சொல்லாதே. நம்ப மாட்டார்கள்.’

‘நிஜமாகவே அதுதான் காரணம். கருப்பாயி, செல்வி எல்லோருக்கும் அதேதான்.’

திரும்பியபோது டி.ஸி.யின் வீட்டில் பகல் போல மின்பல்புகள் எரிந்துகொண்டிருக்க, போலீஸ் இன்ஸ்பெக்டரும் டி.ஸி.யும் டீ சாப்பிட்டுக்கொண்டிருந்தார்கள். ஜீப்பில் வேறு வழியில் அவர்கள் வந்திருக்கவேண்டும்.

‘பாடிய என்ன செஞ்சீங்க?’

‘ஆரம்பாக்கம் தாலுக்காஸ்பத்திரில வெச்சிருக்கு. டவுனுக்கு போஸ்ட் மார்ட்டத்துக்கு அனுப்பி ஆகணும்.’

‘நடேச பண்டிதனே செய்திருப்பாங்க. அந்தாளு விவரம், போக்குவரத்து எதும் தெரியவே இல்லை. அந்தப் பொண்ணு யாரு? என்ன உறவு?’

‘வெசாரிச்சுருங்க.’

‘இதோ, இந்த மராட்டிக்காரனும் செய்திருக்கலாம்.’

‘வாங்க மனோஜ்! மிஸ்டர் ஷண்பேகர். டோண்ட் லீவ் வில்லேஜ் விதவுட் பர்மிஷன், அண்டர்ஸ்டாண்ட்?’

‘ஒய்?’

‘ஒய்? பிகாஸ் யு ஆர் எ சஸ்பெக்ட்.’

மனோஜை அவன் பார்த்து, ‘ஆர் தே அரஸ்டிங் மி?’

‘செய்யலாம்.’

‘நான்சென்ஸ்.’

‘எல்லாம் விசாரிப்போம். ரொம்ப ஆட்டம் கூடாதுன்னு சொல்லுங்க.’

‘ப்ரமிளா சோபாவில் படுத்துக்கொண்டு, ‘மனோஜ் எனக்கு எப்ப டிக்கட் வாங்கப் போற?’ என்றாள்.

‘நாளைக்கு.’

‘இப்ப திறந்திருக்காதா?’

‘ரொம்ப லேட்டுமா. நடுராத்திரிக்கு மேல் ஆய்டுத்து பாத்தியா, பேசாம படுத்துக்கோ.’

‘ஜுரம் அவளுக்கு’ என்றாள் டி.ஸி.யின் மனைவி.

‘இங்க வந்ததே தப்பு. பேசாம வேற இடத்தில மெஷின் வெக்கலாம் நீங்க.’

‘அது எப்படிங்க?’ என்றான் மனோஜ்.

‘அது எப்படின்னா, பாருங்க சீரழிவை! பலி வாங்கிருச்சில்லை தெய்வம்!’

‘தெய்வம் எல்லாம் அப்படி பலி வாங்காதுங்க. இது ஜனங்க செய்த வேலை.’

‘சனங்களைத் தெய்வம் செய்ய வெச்சிருக்குது.’

‘அதெப்படிங்க?’

‘சும்மா குதர்க்கம் பேசாதீங்க. காலைல எஸ்.பி. வராரு. பதில் சொல்லிக்கங்க.’

ஷண்பேகர், ‘ரத்தம் தொடையில் இருந்ததா, புடைவையில் இருந்ததா?’ என்றான்.

‘க்’ என்று அடித் தொண்டையில் வாந்தி வருவதுபோல ப்ரமிளா சப்தம் பண்ணினாள்.

‘எங்க இருந்தா என்ன?’

‘இல்லை, தொடையில கீர்றா மாதிரி ரத்தம் இருந்தா அது தற்கொலை. தூக்கில தொங்கறவங்க கடைசி நிமிஷத்தில தொடையைப் பிராண்டிப்பாங்க.’

‘அது தொங்க வைக்கப்பட்ட கேஸ், மிஸ்டர் ஷண்பேகர்.’

‘யார்?’

‘உங்களில் ஒருத்தர்.’

மனோஜ் அப்போதுதான் நடேச பண்டிதர் வருவதைப் பார்த்தான். வாயில் துண்டு அடைத்து அழுதுகொண்டிருந்தார்.

'பிரியமா வளர்த்தீங்க பண்டிதரே! யாரு கொன்னிருப்பாங்கன்னு சொல்றீங்க?'

'கிராமத்தில் தெய்வக் கோபம் கொன்னிருச்சுன்னு பேசிக்கிறாங் கய்யா.'

'உங்க சந்தேகம் யார் மேல்?'

'மராட்டிக்காரன் மேலதாங்க ரொம்ப. அவன்தான் சினிமால அவளைப் பாதில கூட்டிக்கிட்டுப் போனான்.'

'பின்னால போனீங்களா?'

'போனேன். இரண்டு பேரும் இருட்டுல மறைஞ்சாங்க.'

'நானும் பார்த்தேன்' என்றார் டி.ஸி.

ஷண்பேகர் புரியாமல், 'என்ன பேசுகிறார்கள்? மொழி பெயர்த்துச் சொல்ல வேண்டியது அவசியம்' என்றான்.

'ஷண், யு ஆர் இன் ட்ரபிள். அந்தப் பெண்ணை நீ அழைத்துச் சென்றதாகப் பல பேர் சொல்கிறார்கள்.'

'சத்தியமா இல்லை.'

'உங்கள் இரண்டு பேரையும் சினிமா கொட்டகைக்கு வெளியே பார்த்தாக சாட்சி இருக்கிறது.'

'யார் சொன்னது?'

'ப்ரொஜெக்டர் ஆப்பரெட்டர் சொன்னது' என்றார் இன்ஸ் பெக்டர்.

'ஷண்பேகருக்கு அந்தப் பெண்ணைக் கொல்ல எந்தவிதக் காரணமும் இல்லை என்பதை நீங்கள் அறியவேண்டும்' என்றான் மனோஜ்.

'காரணம் அப்புறம் யோசிக்கலாம். கொஞ்சம் தோண்டினால் காரணம் கிடைக்கும். எதற்கும் எஸ்.பி. நாளை வரும்போது இவரைத்தான் முதலில் விசாரிக்கப் போகிறோம். இவருடன் பெண் அந்த சைட்டுக்குப் போனதைப் பார்த்த சாட்சி இருக்கிறது.'

ஷண்பேகர் கலவரத்துடன் மனோஜின் சட்டையைப் பிடித்து இழுத்தான். 'பெரிய சதி, இதற்கு என்னை நாளை நிச்சயம் கைது பண்ணுவார்கள்.'

'போலீஸ் அத்தனை அவசரமாகச் செயல்படாது.'

'என்றுதான் நம்பிக்கை!'

'ஷண்பேகர், இதற்கு ஒரே ஒரு வழிதான் இருக்கிறது...'

'எதற்கு?'

'தப்பிக்க.'

'எப்படி?'

'கொன்றது யார் என்று அவர்கள் கண்டுபிடிப்பதற்குள் நாமே கண்டுபிடித்து விடுவது.'

'எப்படி?'

'யோசி நண்பனே! கம்ப்யூட்டர் ப்ரொக்ராம் எழுதுகிறாய். அத்தனை புத்திசாலியாக இருக்கிறாய். நாமே ஒவ்வொருத்தராக விசாரிப்பது. முதலில் இந்தப் பெண் யார்? எங்கிருந்து வந்தாள்? பண்டிதருக்கு என்ன உறவு என்பதைக் கண்டறிய வேண்டும். ஃபாக்ட்ஸ் ஃபர்ஸ்ட்...'

மறுதினம் காலை தாலுக்கா ஆஸ்பத்திரியை அடுத்த ஓட்டுக் கட்டடத்தின் நடுவே இருந்த சிமெண்ட் திண்ணை மேல் கிடத்தப் பட்டிருந்த செல்வியின் சவத்தைப் போய்ப் பார்த்தார்கள்.

ஜன்னல் வழியாகப் பல முகங்கள் பார்த்திருக்க, செல்வி தூங்கு வதுபோலத்தான் கிடந்தாள். உடல்தான் நீலம் பாரித்திருந்தது. 'தொடையில் ரத்தக் காயங்கள் இல்லை' என்றான் ஷண்பேகர்.

போஸ்ட்மார்ட்டம் பண்ணி வெளியே வந்த டாக்டரைப் பார்த்து ஷண்பேகர், 'ஹலோ நான்தான் ஷண்பேகர்' என்றான்.

'ஹலோ.'

'போஸ்ட்மார்ட்டம் முடிந்ததா?'

'முடிந்தது.'

'தற்கொலையா?'

'அப்படித்தான் தோன்றுகிறது.'

'எப்படிச் சொல்கிறீர்கள்?'

'டாக்டர் நிமிர்ந்து பார்த்து, 'ஆர் யு எ போலீஸ் ஆபீசர்?' என்றார்.

'இவர்தான். ஆம்' என்றான் ஷண்பேகர், மனோஜின் கையை உதறி. 'லிகேச்சர் மார்க் கிளியராக இருக்கிறது. கயிறு அடையாள மும் பொருந்துகிறது.'

'டாக்டர், அது போதுமா தற்கொலை என்று சொல்வதற்கு? வாயில் எச்சில் வழிந்திருந்ததைக் கவனித்தீர்களா? எச்சிமோ சிஸ் பார்த்தீர்களா? கரோடிட் ஆர்ட்டரி பார்த்தீர்களா?'

'நீங்கள் டாக்டரா?'

'இல்லை. கம்ப்யூட்டர் சைன்டிஸ்ட். பொழுதுபோக்குக்கு இதெல்லாம் படிப்பேன். மோடி!'

'நிஜமாகவே இது தற்கொலை இல்லை என்றும் சொல்லலாம். உடலில் பல இடங்களில் போராட்டக் காயங்கள் இருக்கின்றன.'

'ரேப்?'

'அதுவும் இருக்கலாம். வஜைனல் ஸ்வாபும் எடுக்க இருக் கிறேன்.'

'எடுக்கலாமே.'

இதற்குள் குரல் கேட்கத் திரும்பினான். இன்ஸ்பெக்டர் பெரிய அதிகாரியுடன் வந்தார்.

'ஐம் செல்வகுமார். எஸ்.பி' என்றார்.

'ஐம் ஷண்பேகர்.'

'இவர்தாங்க.'

'மிஸ்டர் ஷண்பேகர், உங்களைச் சில கேள்விகள் கேட்க வேண்டும். என்னுடன் வருகிறீர்கள்.'

மனோஜ், 'நானும் வரலாமா?' என்றான்.

'தாராளமாக.'

'ஆர் யு அரஸ்டிங் மி?'

'அரஸ்ட் பற்றி யாரும் பேசவே இல்லையே' என்றார். சிரித்தார்.

'அரஸ்ட் பண்ணுவதாயிருந்தால் நான் லாயரை கன்ஸல்ட் பண்ண வேண்டும்.'

'ஐ ஜஸ்ட் வாண்ட் டு ஆஸ்க் கொஸ்சன்ஸ், மிஸ்டர் ஷண்பேகர்!'

'ஆஸ்க்.'

'முதல் கேள்வி: உங்கள் சட்டை பட்டன் என்னாச்சு?'

கேள்வியின் எதிர்பாராத தன்மையில் அதிர்ச்சி அடைந்து, ஷண்பேகர் தன் சட்டையைப் பார்த்துக்கொண்டான். இரண்டு பொத்தான்கள் இல்லை. தொலைந்திருக்கவேண்டும்.

'காணோம்' என்றான்.

'என்னிடம் இருக்கிறது? இதுதானா பாருங்கள்.'

15

ஷண்பேகர் தன் சட்டையைச் சரியாகப் பார்த்துக்கொண்டு 'என்ன ஆச்சு?' என்றான்.

'எங்கேயாவது விழுந்திருக்க வேண்டும், இல்லையா?' என்றார் செல்வகுமார் கொஞ்சம் கேலியாக.

'ஆம். ஆம்' என்றான் வலையில் அகப்பட்டு.

'மிஸ்டர் ஷண்பேகர், இப்பக்கூட நீங்க உண்மை சொல்லச் சந்தர்ப்பம் கொடுக்கிறேன். கம் க்ளீன், என்ன நடந்தது?'

ஷண்பேகர் நிச்சயமில்லாமல் பார்த்தான். 'எனக்கு ஒன்றும் தெரியாது' என்றான். 'ஐ நீட் எ லாயர்.'

'உங்கள் சட்டை பட்டன் எப்படி இறந்துபோன செல்வியின் கை முஷ்டிக்குள் வந்திருக்கும்?'

'எனக்கு பட்டன் ஏதும் தெரியாது.'

'இதோ பட்டன், கலர் பொருத்தம் இருக்கிறது' என்றார் எஸ்.பி. அவன் மார்பைப் பார்த்துக்கொண்டே. 'ஷண்முகம் அரஸ்ட் பண்ண ஏற்பாடு செய்யுங்கள்.'

'என் நண்பனுடன் பேச வேண்டும்' என்றான் ஷண்பேகர்.

'பேசிவிட்டு உண்மையாக நடந்ததைச் சொல்லலாம். நீங்கள் இந்தப் பெண்ணைக் கொல்லவில்லைதானே?'

'இல்லை, நிச்சயம் இல்லை.'

‘இதை நிரூபிக்க நீங்கள் உண்மையை மறைக்கக் கூடாது. பெண்ணை உங்கள் அறைக்கு அழைத்துச் சென்றதோ அல்லது சைட்டில் அவளுடன் சல்லாபித்ததோ இப்போது இரண்டாம் பட்சம். இது கொலை. இதில் சம்பந்தப்பட்டவர் நீங்கள். உண்மையைச் சொன்னால்தான் மற்ற உண்மைகளைக் கண்டுபிடிக்க முடியும்.’

‘நான் என் நண்பனுடன் பேசவேண்டும்’ என்றான் ஷண்பேகர் பிடிவாதமாக.

‘தாராளமாக.’

ஷண்பேகரும் மனோஜும் வெளியே மரத்தடியில் போட்டிருந்த சிமெண்ட் பெஞ்சில் உட்கார்ந்தார்கள்.

‘ஷண், என்ன ஆச்சு, சொல்’

‘முதலில் எனக்கு லாயருடைய உதவி வேண்டும்.’ நடுங்கும் காரங்களால் சிகரெட் பற்றவைத்துக்கொண்டு பேசினான். உதடுகளும் துடித்தன.

‘ஷண், நீ அந்தப் பெண்ணை சினிமாக் கொட்டகையிலிருந்து சைட்டுக்கு அழைத்துச் சென்றாயா?’

‘ஆம். கம்ப்யூட்டர் கற்றுக் கொடுப்பதற்கு.’

‘யாரும் நம்ப மாட்டார்கள். அதையே திரும்பத் திரும்பச் சொல்லாதே. கம்ப்யூட்டர் கற்றுக் கொடுப்பதற்கு சட்டை பட்டன்களை உதிர்க்கத் தேவையில்லை.’

‘மனோஜ், நண்பனே! நீயும் இந்தச் சமயத்தில் என்னைக் கைவிடக் கூடாது. நீயும் என்னைச் சந்தேகிக்கக் கூடாது.’

‘அதற்கு நீ உண்மையை மறைக்கக் கூடாது.’

‘அந்தப் பெண்ணை அழைத்துச் சென்றேன். அவள் என் பக்கத்தில் வந்து, ‘என்னவோ தமிழில் சொல்லி விளையாடினாள். அவளை அடுத்த அறைக்கு அழைத்துச் சென்று கள்ளிப் பெட்டிகளின் மேல் கம்ப்யூட்டர் மேன்யுவல்களை எல்லாம் போட்டு பாக்கிங் மெட்டீரியல் அமைத்துப் படுக்கை செய்தேன்.’

'மை காட்!'

'அவளுடன் கொஞ்சம் சல்லாபமாக இருந்தபோது பெண்ணுக்கு என்ன ஆயிற்றோ, என்னை அப்படியே இழுத்து அணைத்துச் சட்டையெல்லாம் கலைத்துக் கழற்றி ரொம்பக் கலாட்டா பண்ணிவிட்டாள். ஒரு விதமான தாகம்போல, வெறிபோல, தீராத மையல்போல, இட் வாஸ் வயலண்ட் ப்ரிமிட்டிவ்...'

'....'

'அதன்பின் எப்போது எழுந்து போனாள் என்று தெரியவில்லை. வெளியே பேச்சுக்குரல் கேட்டது. அவளை யாரோ அழைத்துச் செல்வதுபோலத் தெரிந்தது.'

'யார், சொல்ல முடியுமா?'

'சரியாகத் தெரியவில்லை. பண்டிதர் மாதிரியும் இருந்தது. அல்லது... ஐம் நாட் ஷ்யூர்.'

'சரியாகப் பார்த்தாயா?'

'இல்லை.'

மனோஜ் யோசிக்கையில் ஷண்பேகர், 'இப்போது நான் என்ன செய்வது?' என்றான்.

'யு ஆர் இன் ஆல் சார்ட்ஸ் ஆஃப் ட்ரபிள். இருந்தும் நடந்ததை நடந்தவாறே சொல்லி விடுவதுதான் உசிதம்.'

'மனோஜ், என் மேல் சந்தேகப்படுகிறாயா? எனக்கு அவளைக் கொல்லக் காரணம் ஏதும் இல்லை.'

'ஏதாவது தற்செயலாக விழுந்து, விபத்து ஏற்பட்டு அதி லிருந்து...'

'இல்லை, இல்லவே இல்லை. வி ஜஸ்ட் ஹாட் எ குட் டைம். அவ்வளவுதான்! அந்த கணத்தின் சந்தோஷ உச்சியில் அவள் என் சட்டைப் பித்தானை அபகரித்திருக்கவேண்டும். மனோஜ், மனோஜ்! நான் உன்னைத்தான் நம்பியிருக்கிறேன்.'

'சொல்லிப் பார்.'

'லாயர் வரும்வரை ஏதும் சொல்லத் தயாராயில்லை என்று சொல்லிவிடவா?'

‘உன் இஷ்டம், மாஜிஸ்திரேட் ஆர்டர் இல்லாமல் அவர்கள் உன்னைக் கைது பண்ண முடியாதல்லவா?’

‘முடியும். நியாயமான சந்தேகம் இருந்தால் செய்யலாம்.’

‘என்ன பேசியாச்சா?’ என்றார் செல்வகுமார், அருகில் வந்து. ‘ஒங்க ப்ரெண்டுகிட்ட புத்தி சொல்லுங்க. நாங்க மற்ற எல்லாரையும் போலத்தான் அவர் பேர்லயும் சந்தேகப்படுகிறோம்.’

‘இவர்மேல கொஞ்சம் சந்தேகம் அதிகமா இருக்காப்பல...’

‘ஆமாங்க. பெண்ணை அளைச்சுப் போயிருக்காரு. பெண்ணு கைல இவரு சட்டைப் பொத்தான் இருக்குது! அதிலிருந்து போலீஸ் என்ன நெனைக்கும் சொல்லுங்க? மனோஜ், இந்தாளு சாமானியப்பட்ட ஆளு இல்லைங்க. பாத்தா பூனைக் கண்ணை வச்சுக்கிட்டு சாது மாதிரி இருக்காரு. கிராமத்தில் எல்லாப் பெண்ணுங்ககிட்டேயும் ஏதாச்சும் வம்பு பண்ணியிருக்காரு. தகவல் வந்திருக்கு. பதிமூணு வயசு பெண்ணு கருப்பாயின்னு. எப்பவும் கூடவே கூட்டி வெச்சுக்கிட்டு இருந்திருக்காரு. எதுக்காக?’

‘அது வந்து கம்ப்யூட்டர் பாடம் கத்துக்கொடுக்கறதுக்குன்னு சொல்றான். அவன் ஒரு மாதிரிங்க. எஜுகேஷன், கல்விமுறை எல்லாத்திலியும் பரிசோதனை பண்ணிக்கிட்டு இருப்பான். கிராமத்து அறியாத ஜனங்களுக்குக்கூட கம்ப்யூட்டர் கத்துக் கொடுக்கலாம்னு நம்பிக்கை. அதனாலதான் பெண்ணுங்களைக் கூட்டி வெச்சுக்கிட்டு...’

‘யாராவது நம்புவாங்களா இதை! சொல்லுங்க? மேலும் அந்தப் பெண்ணை பலாத்காரம் பண்ணிருக்கான். போராடிக்கிட்டு இருந்திருக்கா. போஸ்ட்மார்ட்டம் ரிப்போர்ட்ல தெரியுது!’

‘எங்கேயாவது விழுந்து கிழுந்து மண்டை உடைஞ்சிருக்கும். என்ன பண்ணான்? பேசாம அதை எடுத்து மரத்தில தொங்க விட்டுட்டான். தற்கொலையே இல்லைங்க! ஸ்கல் இன்ஜுரி இருக்குது.’

ஷண்பேகர் புரியாமல் இருவரையும் மாறி மாறிப் பார்த்துக் கொண்டிருந்தான். ‘என்ன சொல்கிறீர்கள்? ஆங்கிலத்தில் சொல்லக் கூடாதா?’

‘ஷண், தி மேட்டர் இஸ் சீரியஸ்’ என்றான் மனோஜ்.

‘மிஸ்டர் ஷண்பேகர், ஐம் கோயிங் டு அரஸ்ட் யூ அண்ட் ரிமாண்ட் யு டு போலீஸ் கஸ்டடி!’

ஷண்பேகர், ‘ஃபார் வாட்?’ என்றான்.

‘இந்தப் பெண்ணைக் கொன்றதற்காக.’

‘லுக் இன்ஸ்பெக்டர்! நான் இந்தப் பெண்ணை அழைத்து வந்தேன். அழைத்து வந்தபின் மனோஜ் சொல்லியிருப்பான். இவளுடன் சல்லாபம் செய்தது உண்மைதான். ஆனால் நான் அவளைக் கொல்லவில்லை. என்னிடமிருந்து விலகும்போது அவள் முழுசாக உயிருடன் இருந்தாள். இதை நான் உங்கள் முனியப்பன் மரத்தின்மேல் வேண்டுமானாலும் சத்தியம் அடித்துச் சொல்லத் தயாராக இருக்கிறேன்!’

‘மிஸ்டர் செல்வகுமார், இவளை ஷண் கொல்வதற்குக் காரணம் என்ன?’

‘மர்டர் இல்லை. மேன்ஸ்லாட்டர் அண்ட் ரேப்.’

‘மை காட்! இட் வாஸின்ட் தட் அட் ஆல்!’ என்று பயத்துடன் சிரித்தான். ‘ஐம் இன் எ மெஸ்!’

‘ஷண்முகம்’ என்றார் செல்வகுமார்.

இன்ஸ்பெக்டர் ஷண்முகம், கான்ஸ்டபிளைக் கூப்பிட அவர் கைவிலங்கு கொண்டு வந்தார்.

அதைப் பார்த்ததும் ஷண்பேகர் தன்னைக் கட்டுப்படுத்த முடியாமல் அங்கிருந்து ஓட ஆரம்பித்தான். யார் யாரோ ‘பிடி பிடி’ என்று சொல்ல, அவன் ‘நேரு மிதிவண்டி நிலையம்’ என்கிற சைக்கிள் கடையிலிருந்த சைக்கிள் வரிசையிலிருந்து முழு வரிசை சரிய ஒரு சைக்கிளை எடுத்துக்கொண்டு அதன் மேல் பாய்ந்து தெருச் சந்தடியில் வேகமாக மிதித்துக்கொண்டு விரைவில் மறைந்தான். இரண்டு கான்ஸ்டபிள்களும் துரத்த, பின்னாலேயே ஜீப்பைக் கிளப்பிக்கொண்டு ஒரு கோஷ்டி செல்ல, ஷண்பேகரின் தலை அந்த மார்க்கெட் சந்தடியின் ஊடே மிதப்பதைக் கவலையுடன் மனோஜ் பார்த்தான்.

ஷண்முகம் சிரித்தார். 'ரேடியோவில் சொல்லிடுங்க. சிறு பிள்ளை மாதிரி பிஹேவ் பண்றான் பாருங்க. இந்த ஆள்மேல் சந்தேகம் உறுதியாயிருச்சு! ஊரை விட்டு வெளியே போக ரெண்டே பாதைதான் இருக்குது. மத்தியானத்துக்குள்ள பிடிபட்டு ருவாரு. அதுக்குள்ள உங்களையும் பார்க்க வந்தா, புத்தி சொல்லுங்க' என்றார் எஸ்.பி.

மனோஜுக்குக் கவலையாக இருந்தது.

டி.ஸி.யின் வீட்டுக்கு வந்தபோது ப்ரமிளா உட்கார்ந்திருக்க டி.ஸி.யின் மனைவி நித்யா, 'என்ன ஆச்சு?' என்றாள்.

'ஷண்பேகர் ஓடிப் போய்ட்டான்.'

'அய்யோ எங்கே?'

'சைக்கிளை எடுத்துக்கொண்டு ஓடிப் போய்விட்டான்.'

'ஏன்?'

'அந்தப் பெண்ணுக்கும் அவனுக்கும் சம்பந்தமிருந்திருக்கு. பயந்துட்டான்... சில்லி.'

'அப்பாக்கிட்டேயிருந்து தந்தி வந்திருக்கு. என்னைக் கூட்டிப் போக வரார். மெட்ராஸுக்குப் போகலாமா?' என்றாள் ப்ரமிளா.

'எனக்குக் கவலைல இப்ப தலை சுத்துது. என்ன பண்ணுவேன்? சாட்டிலைட் வெப்பனா, ஷண்பேகரைப் பிடிப்பனா... உன்னை மெட்ராஸ் கூட்டிட்டுப் போவனா?'

மத்தியானம் வரை ஷண்பேகரை அவர்கள் பிடிக்கவில்லை என்று தெரிந்தது. எங்கே போயிருப்பான் என்று தெரியவில்லை. சைட்டில் கான்ஸ்டபிளும் அவன் விடுதியில் ஒரு கான்ஸ்டபிளும் டி.ஸி.யின் வீட்டில் ஒருவரும் காத்திருந்தார்கள். ஷண்பேகர் வந்தால் பிடிப்பதற்கு. யோசித்துப் பார்த்தான். சாலை மருங்கில் பரவியிருந்த நூற்றுக்கணக்கான வைக்கோல் போர்களில் ஒன்றில் அவன் மறைந்துகொண்டிருக்க முடியும் என்று தோன்றியது. இருந்தும் அவன் செய்த காரியம் அசட்டுத்தனமாகப் பட்டது. அவன்மேல் சந்தேகம் வரும்படியாக நடந்துகொண்டு விட்டான். அவன் திருடிச் சென்ற சைக்கிளை செடுப்பாக்கம் நெடுஞ்சாலையில் ஓர் ஓரத்தில் அனாதையாக இருந்ததாகச்

109

சொன்னார்கள். பத்திரிகைகளிலிருந்து நிருபர்கள் வந்து போட்டோ எடுத்தார்கள்.

'கொலைகாரர் தலைமறைவா இருக்காருங்களாமே' என்று டி.ஸி.யைக் கேட்டபோது, அவர் 'கொலைகாரர்னு எழுதாதீங்க, அவரு ஏதோ பயத்தில இருக்காரு...'

'நீங்கதான் மனோஜ்ங்களா?'

'ஆமாங்க.'

'இந்த சாட்டிலைட்டு நிறுவறதால தமிழ்நாட்டு மக்களுக்கு என்ன லாபங்கறீங்க?'

'எனக்கு நாங்க செய்யறது சரியான்னே சொல்ல முடியலிங்க. இன்னும் பத்தாம் நூற்றாண்டிலயே இருக்கற கிராமத்தில் இருபத்தோராம் நூற்றாண்டுச் சாதனத்தை அமைக்கிறதுன்னா...'

'இந்த மிசினை நிறுவறதுக்கு யாரைக் கூப்பிடுவீங்க? நரசிம்ம ராவையா புரட்சித் தலைவியையா?'

'கொலை விழுந்து போச்சே! மாற்றிடுவீங்களா இடத்தை?'

அபத்தமான கேள்விகள்; அபத்தமான பதில்கள்.

ராத்திரி ஆகியும் ஷண்பேகரைக் கண்டுபிடிக்க முடியவில்லை.

16

ஷண்பேகர் நிச்சயம் ராத்திரி மனோஜைப் பார்க்க வருவான் என்று எதிர்பார்த்தே போலீஸ் மறைந்திருந்து காத்திருந்தார்கள். எஸ்.பி. வந்து சப்தம் போட்டுவிட்டுப் போனார். ஏதோ ஷண்பேகர் மறைந்திருப்பதற்கு மனோஜ் உடந்தையாக இருக்கிறமாதிரி, 'உங்க நண்பர்கிட்டே வந்தாச் சொல்லுங்க, இதனால அவர்மேல சந்தேகம்தான் அதிகமாகுதுன்னு. பேசாம சரண்டர் பண்றது நல்லது. குற்றம் செய்யலைன்னா எதுக்குப்பா ஓடி ஒளியற?'

இன்ஸ்பெக்டர் ஷண்முகம், 'அதானே!' என்றார்.

'சார், எனக்கு எதுவும் தெரியாது.'

'உங்ககிட்ட என்ன சொன்னாரு, அந்த ஆளு?'

'அந்தப் பொண்ணு செல்வியைக் கூட்டிப் போனதை முதல்ல சொன்னா தன்மேல சந்தேகம் வந்துருமோன்னு பயம்தான் காரணம்னு சொன்னான்.'

'அதை நீங்க நம்பினீங்களா?'

'அவனுக்கு அந்தப் பெண்ணைக் கொல்ல எந்தவிதக் காரணமும் இல்லையே இன்ஸ்பெக்டர்.'

'காரணம் இதுவரைக்கும் இல்லை. விசாரிச்சா காரணம் வெளியே வரும்! நீங்க எங்கேயும் ஊரை விட்டுப் போகலை தானே? இல்லை நீங்களும் சைக்கிளை எடுத்துக்கிட்டு...'

111

‘எனக்கு ஏதும் பிரச்னை இல்லை’ என்றான்.

சைட்டுக்குப் போனபோது பகல் வேளையிலேயே மரத்தைப் பார்க்கப் பயமாக இருந்தது. முனீஸ்வரன் மற்றொரு காவு வாங்கி விட்டதாகத்தான் பேசிக்கொண்டார்கள். காஷுவல் கூலி ஆட்கள் யாரும் வரவில்லை. நடேச பண்டிதருக்கு இன்னும் பாடி கிடைக்கவில்லை. செடுப்பாக்கம் ஆஸ்பத்திரிக்கு அலையாய் அலைகிறார் என்றும், இன்ஸ்பெக்டர் ஷண்முகம்தான் உதவி செய்யப்போவதாகவும் பேசிக்கொண்டார்கள். பம்பாய்க்குத் தொடர்பு கொண்டதில் அவன் உயர் அதிகாரி, ‘மனோஜ், என்ன நான் கேள்விப்படுவது உண்மையா?’

‘சார், சைட் அருகில் அந்த மரத்தில் ஒரு கொலை நிகழ்ந்து விட்டது.’

‘வேர் இஸ் ஷண்பேகர்?’

‘ஏன்?’

‘இஸ் ஹி இன்வால்வ்ட்’

‘இல்லை என்று நினைக்கிறேன். பயத்தில் தலைமறைவாக இருக்கிறான். ஹி இஸ் டெர்ரிஃபைடு.’

‘தத்! எந்த வேளையில் இந்த ப்ராஜெக்டைத் தொடங்கினோம்! இப்போது என்ன! மரத்தை வெட்ட விடமாட்டார்களா?’

‘இப்போதைக்கு அந்தப் பிரச்னையை ஒத்திப்போட வேண்டி யுள்ளது. எனக்கு லீகல் டிபார்ட்மெண்டிலிருந்து யாரையாவது அனுப்பவேண்டும். இன்ஸ்டலேஷன் உதவிக்கு டெக்னீஷி யனை அனுப்ப வேண்டும். நான் எப்படியும் வேலையைத் தொடர்ந்து செய்ய உத்தேசம். செக்ரட்ரி மூலம் மாநில ஹோம் டிபார்ட்மெண்டுக்கு போன் செய்யச் சொல்லி போலீஸ் பந்தோபஸ்து தேவை. லோக்கல் போலீஸ் ஒத்துழைப்பதில்லை. எந்த நேரமும் கிராமத்தவர்கள் கோபம் கொண்டு சைட்டில் எங்களைத் தாக்க வரலாம்.’

‘பேசாமல் திரும்பி வந்துவிடு!’

‘இரண்டரை கோடி ரூபாய் சாதனங்கள் பிரித்துப் போட்டபடி கிடக்கின்றன. திரும்பி பேக் செய்யவே ஒரு மாதம் ஆகும்.

'என்ன செய்வது பின்?'

'பாதுகாப்பு ஏற்பாடு செய்யுங்கள். மற்றதை நான் கவனித்துக் கொள்கிறேன்.'

'நான் வரட்டுமா?'

'இப்போது வேண்டாம்.'

ஷண்பேகர் தலைமறைவாகச் சென்று மூன்று நாட்கள் ஆகி விட்டன. மனோஜ் முடிந்தவரை வேலையைத் தொடர்ந்தான். ராத்திரி விளக்கைப் போட்டுக்கொண்டுதான் படுத்தான். ப்ரமிளா டி.ஸி. வீட்டிலேயே சரணாகதிபோல இருந்தாள். ஷண்பேகரின் அண்ணன் வீட்டு விலாசம் கேட்டார்கள், பம்பாய் போலீஸுக்குத் தகவல் சொல்லித் தேடி கைது செய்வதற்கு. மனோஜுக்கு என்னவோ அவன் அருகில்தான் எங்கேயோ ஒளிந்துகொண்டிருக் கிறான் என்று தோன்றியது. போலீஸ் பெங்களூர், சேலம் என்று பல ஊர்களுக்குத் தகவல் தெரிவித்தாலும் பாஷை தெரியாமல் அவன் அதிக தூரம் செல்லமாட்டான் என்று நம்பினான். மேலும் அவன் கையில் காசும் இல்லை. ஒரு வேளை ஷண்பேகரைக் கிராமத்தவர்களே... சேச்சே இருக்காது.

ஒருவாரம் சுமாராக வேலை நடந்தது. பம்பாயிலிருந்து டெக் னிஷியன் மட்டும் வந்தான். லீகல் டிபார்ட்மெண்டிலிருந்து வருகிற மாதம் முதல் வாரத்தில் யாரோ வரப் போவதாகவும் அவன் பெயர் பிரம்ம தத் என்றும் வி-சாட் செய்தி வந்தது. சென்னையிலிருந்து ஆண்டெனாவின் பெடஸ்டலைத் தூக்கிக் கட்டடத்தின் மேல் வைப்பதற்கு மொபைல் கிரேன் வந்தது. அதை இயக்க இரண்டு சர்தார்ஜிகள் வந்திருந்தார்கள்.

அப்போதுதான் அந்த முதல் அதிசயம் நிகழ்ந்தது. ப்ரமிளாவுக்கு மொட்டையாக ஒரு தபால் கார்டு மஞ்சள் நிறத்தில் வந்தது. 'உன் மனசில் உள்ளது நிறைவேற, முனீஸ்வரனுக்கு ரூ. 101 காணிக்கை செலுத்து.'

இது யார் எழுதியிருக்கிறார்கள் என்று சொல்ல இயலவில்லை. தமிழ் கையெழுத்து கிறுக்கலாக இருந்தது. ரூபாய் 1001 என்று போட்டு ஒரு சைபர் அடித்திருந்தது. ப்ரமிளா பிடிவாதமாக ரூபாய் கேட்டாள்.

‘உன் மனசில் உள்ளது என்ன நிறைவேறவேண்டும்?’

‘டோட்டு திரும்பி வரவேண்டும்!’

‘தட்ஸ் அப்ஸர்ட்! டோட்டுவைப் புதைத்தாகி விட்டது. டோட்டு வராது. நான் ரூபாய் கொடுக்கத் தயார். ஆனால் பலன் எதுவும் எதிர்பார்க்காதே. பூசாரி பணம் பிடுங்கி. இந்தக் கடிதம் அவன் தான் எழுதியிருக்கிறான்.’

ப்ரமிளா டி.ஸி.யின் மனைவியுடன் சைட்டுக்கு வந்து உண்டிய லில் ரூ. 101 சேர்த்துவிட்டுத்தான் சென்றாள்.

கிரேன் கொண்டு வந்திருந்த உஜாகர் சிங், கர்த்தார் சிங் இருவரும் நடேச பண்டிதரின் வீட்டின் முன் கயிற்றுக் கட்டிலில் தூங்கி னார்கள். கர்த்தார் சிங் பஞ்சாபியும் இந்தியுமாக நிறையப் பேசினான். உஜாகர் மௌனமாக இருந்தான். அவர்கள் உதவி யுடன் பெடஸ்டலை மேலே திறமையாக ஏற்றி விட்டார்கள். கிராமத்து ஜனங்கள் வேடிக்கை பார்த்துக் கொண்டிருந்தார்கள். மெல்ல மெல்ல வேலைக்கு வர ஆரம்பித்தார்கள். மனோஜுக்கு வேலை படிப்படியாகச் சூடு பிடித்தாலும் மனத்தின் மூலையில் எதையோ கவனிக்காமல் விட்டுவிட்டதுபோல ஒரு கலக்கம் இருந்துகொண்டே வந்தது. மரத்தை வெட்ட வேண்டுமே என்ற கவலை வேறு வயிற்றின் அடித்தளத்தில் ஸ்திரமாக இருந்தது. இடையே, ஷண்பேகர் என்ன ஆனான் என்கிற கேள்வி வேறு!

ஷண்பேகரை பம்பாய் போலீஸ் மூலம் தேடியதில் அவன் அங்கே செல்லவில்லை என்பது தெரிந்தது. சுற்று வட்டாரத்தில் ரேடியோ செய்தி கொடுத்துப் பரவலாகத் தேடினார்கள். அவன் போட்டோ கேட்டு ஒரு தடவை ஷண்முகம் வந்திருந்தார். இன்ஸ்டலேஷன் சமயத்தில் வாசு எடுத்திருந்த க்ரூப் போட்டோ வில் தேசலாக விழுந்திருந்தான். அதிலிருந்து அடையாளம் கண்டுபிடிப்பது சிரமம் என்றார். மனோஜுக்கு மற்றொரு கடிதம் வந்தது. அதன் விலாசமே வினோதமாக இருந்தது. உயர் திரு. மனோஜ், மே/பா முனீஸ்வரன் மரம், வள்ளிக்குப்பம் கிராமம், வயா ஆரம்பாக்கம், செடுப்பாக்கம் நெடுஞ்சாலை 610 287 என்று. அதன் வாசகங்கள் இன்னும் வினோதமாக இருந்தன. நடேச பண்டிதர் வீட்டில் பின்கட்டில் தோண்டவும்... முனீஸ்வரன்!

இதைப் பார்த்துச் சிரிப்புதான் வந்தது. இதை யார், அதுவும் பச்சை மசியில் எழுதியிருந்தார்கள் என்பது புரியவில்லை. இதே

மாதிரி கடிதம் இரண்டாம் நாளும் வந்தது. கூடவே ஒரு புரியாத படமும் வரைந்திருந்தது.

ப்ரமிளாவுக்கு டிக்கெட் வந்தது. பதினைந்து நாட்களில் அவள் புறப்பட வேண்டும். ப்ரமிளா மெல்ல மெல்ல டி.ஸி.யின் மனைவியுடன் பரிபூரண முனீஸ்வர பக்தையாகி விட்டாள். தலைமயிரில் ஈரம் சொட்டச் சொட்ட மஞ்சளும் குங்குமமுமாக அம்மன் போலவே இருந்தாள். இன்னும் பதினைந்து நாள்தானே என்று அவள் விநோதங்களைச் சகித்துக்கொண்டான். 'நேத்து ராத்திரி கனவில் முனீஸ்வரன் வந்தார்' என்றாள்.

'அப்படியா, எப்படி இருந்தார் பார்க்க?'

'கருப்பா மீசை வெச்சுண்டு பெரிசாக் குங்கும் வச்சுண்டு.'

'அதாவது கிராமத்து வாசல்ல இருக்கிற அய்யனார் மாதிரி.'

அவள் அவன் கிண்டலைப் பொருட்படுத்தாமல், 'அவர் வந்து என்ன சொன்னார் தெரியுமா? டோட்டு நான் ஊருக்குப் போறதுக்குள்ள திரும்பிக் கிடைச்சுரும்னு சொன்னார்.'

'ப்ரமிளா! ஆ! மறுபடி டோட்டு சமாசாரத்தை ஆரம்பிக்காதே.'

'நிச்சயம் வரும்னு நித்யாகூடச் சொன்னா மனோஜ்.'

'ரெண்டு மனைவிகளும் சேர்ந்து பைத்தியம் அடிக்கிறீங்க எங்களை. எனக்கு இருக்கிற டென்ஷன் போறாதுன்னு இப்ப ஏதாவது பலி கோழி கீழின்னு ஆரம்பிக்காதே.'

'தினம் தவறாம ஈரத் தலையோட பூசை பண்ணணும்.'

'அதுவும் கனவில சொன்னாரா? ஜலதோஷம்தான் வரும்.'

'இல்லை நித்யா சொன்னா.'

நடேச பண்டிதரின் வீட்டுக்குச் சென்றபோது, கர்தார் சிங் கயிற்றுக் கட்டிலில் படுத்திருந்தான். 'எங்கே உஜாகர் சிங்! உன் கூட்டாளி?'

'மாலும் நஹி.'

'பண்டிதர் எங்கே?'

'மால் வாங்கிவர அனுப்பியிருக்கிறேன்.'

கட்டிலில் உட்கார்ந்தபோது உஜாகர் சிங் ஒரு கடப்பாரை, மண் வெட்டியுடன் அவசரமாக வீட்டின் பின் பக்கம் செல்வதைப் பார்த்தான்.

'எங்கே போகிறான்?'

'கிணற்றில் குளிக்க.'

'இந்த வேளையிலா? கடப்பாரை எதற்கு?'

'ஆண்டெனா எர்த் அமைக்கத் தோண்டினது!'

மனோஜுக்கு அந்த விளக்கம் சமாதானம் அளிக்கவில்லை. ஆண்டெனா எர்த் ராடு அமைக்க வேண்டியது மனோஜின் வேலை. கர்த்தார் சிங்கும் உஜாகர் சிங்கும் மொபைல் கிரேன் வைத்துப் பெடஸ்டலை நிமிர்த்த வந்தவர்கள். இதற்கும் எர்த் ராடு அமைப்பதற்கும் சம்பந்தமே இல்லை. கர்த்தார் சிங்கை நுட்பமாகக் கேட்க அவனுடைய ஹிந்தி போதவில்லை.

அவனுக்குக் கிடைத்த வினோதமான அஞ்சல் அட்டையை இன்ஸ்பெக்டர் ஷண்முகத்திடம் காட்டத் தீர்மானித்தான். அதன் வாசகத்தை மறுபடி பார்த்தான். 'நடேச பண்டிதர் வீட்டில் பின் கட்டில் தோண்டவும். முனீஸ்வரன்.' டி.ஸி.யிடம் அதைக் காட்டியபோது, 'இது மாதிரி கடிதங்களை மதிக்காமல் இருப்பது நல்லது. ஏற்கெனவே கிராமம் அதிகக் குழப்பத்தில் இருக்கிறது. இப்போது மொட்டைக் கடுதாசியைப் போட்டு குழப்படி பண்ணாதீர்கள்' என்றார்.

அந்தக் கடிதத்தை ஏறக்குறைய மறந்துவிட்டான். அப்போதுதான் அந்த ஆச்சரியமான சம்பவம் நடந்தது.

ப்ரமிளாவை டி.ஸி.யின் மனைவி வீட்டிலிருந்து தன் அறைக்குக் கூட்டி வந்திருந்தான். மறுநாள் ஊருக்குப் புறப்படப் போகிறாள் என்பதற்குச் சலுகையாக அவள் வரச் சம்மதித்தாள். ராத்திரி ரொம்ப நேரம் பேசிக்கொண்டிருந்தபின்னும் நச்சரித்தபின்னும் ப்ரமிளாவை அணைக்க முயற்சி செய்தான்.

'வேணாம்பா!' என்றாள்.

'ஏன்?'

'முனீஸ்வரன் கோவிச்சுப்பாரு.'

'நாசமாப் போச்சு. முனீஸ்வரன் சொந்தப் பெண்டாட்டியை அணைக்க அப்ஜெக்ஷன் பண்ணமாட்டார். வா!'

'அய்யோ, நான் வாக்கு குடுத்திருக்கேன்.'

'என்ன?'

'டோட்டு கிடைக்கிறவரைக்கும் உன்னோட எதும் கெட்ட காரியம் செய்யறதில்லைன்னுட்டு.'

'கம் ஆன் ப்ரமிளா! நீ படிச்ச பொண்ணு. இதெல்லாம் மூட நம்பிக்கை. செத்துப் போனது எதுவுமே திரும்பி வராது. முனீஸ் வரனும் இல்லை. தெருப்புழுதியும் இல்லை.'

'அச்சச்சோ' என்று அவள் வாயைப் பொத்தினாள். அவள் கையை விலக்கி, கன்னத்தில் முத்தமிட்டான். கண்ணீர் உப்புக் கரித்தது.

'மனோஜ் ப்ளீஸ்!'

'என்ன?'

'கோவிச்சுப்பார் கண்ணா!'

'யு ஆர் நட்ஸ், ஐ ஸே! ஆல் தி பீபிள் ஆஃப் திஸ் ப்ளீடிங் வில்லேஜ் ஆர் நட்ஸ்!' என்று இங்கிலீஷில் தொடர்ந்து திட்ட ஆரம்பித்தான். அப்போது அறைக்கு வெளியே ஒரு நாயின் முனகல் கேட்டது. கதவைப் பிராண்டுவதும் கேட்டது. ப்ரமிளா, 'வந்தாச்சு! வந் தாச்சு!' என்று கதவைத் திறந்தாள்.

'டோட்டு!'

17

'டோட்டுவா?' என்றான் ஆச்சரியத்துடன்.

'ஆம், டோட்டுவேதான்!'

அதே கலர், அதே சைஸ், அதே வாலாட்டல், ப்ரமிளாவைப் பார்த்ததும் வாலை விஷ் விஷ் என்று ஆட்டி, காதுகளை மடக்கி, கண்களில் சந்தோஷம் காட்டியது டோட்டு.

'சாகலை! டோட்டு சாகலை! முனீஸ்வரனுக்கு வேண்டிண்டதில எனக்கு அவர் திரும்பக் கொடுத்துவிட்டார். உடனே முனீஸ்வர னுக்குப் பூஜை பண்ணணும்' என்று ப்ரமிளா புளகாங்கிதத்துடன் மனோஜைக் கட்டிக்கொண்டு முத்தம் கொடுத்து, நாயை எடுத்து முகத்தில் தேய்த்துக்கொண்டு இன்னதென்று சொல்ல முடியாத உற்சாகத்தில் திளைத்தாள்.

'நான் பம்பாய்க்குப் போகலை முனீஸ்வரா.'

'ஏன்?'

'முனீஸ்வரன் இங்கேயே இருக்கச் சொல்லிவிட்டார்.'

'எப்ப?'

'ராத்திரி கனவில வந்து சொல்லிவிட்டார்.'

'என்னம்மா சொல்றே? நீயும் முனீஸ்வரன் பைத்தியம் பிடிச்சு அலையறயா?'

‘அப்படியெல்லாம் சொல்லாத மனோஜ். முனீஸ்வரன் கோவிச்சுப்பார்.’

‘இது டோட்டு நாய்தானே? வேற ஏதாவதா?’

‘டோட்டுதான்.’

‘எனக்கென்னவோ காதில வெள்ளை பாட்ச் வித்தியாசமா இருக்காப்பல...’

‘உளறாத, டோட்டுதான் இது.’

கிராமத்தில் டோட்டு திரும்பி வந்துவிட்டது பரவலாகப் பேசப் பட்டு பல பேர் வந்து அந்த ஆச்சரியத்தைக் கண்ணால் பார்த்து விட்டுப் போனார்கள். ப்ரமிளா ஒவ்வொருவரிடமும் விஸ்தார மாக முனீஸ்வரனுக்கு வேண்டிக்கொண்டதையும், அவர் அருள் புரிந்ததையும் கனாவில் வந்ததையும் விலாவாரியாகச் சொன்னாள்.

மனோஜுக்கு தினம் செல்லச் செல்லக் கடுப்பாக இருந்தது. எல்லோருக்கும் பைத்தியம் பிடிக்கிறாற்போல. இருக்கிற திலேயே, தான் ஒருத்தன்தான் இந்த முனீஸ்வரன் பிஸினஸ் இல்லாமல் இருக்கிறோம் என்று தோன்றுகிறது. டி.ஸி., போலீஸ் இன்ஸ்பெக்டர் ஷண்முகம், ஏன் எஸ்.பி. செல்வ குமார்கூட நெற்றியில் பொட்டு வைக்க ஆரம்பித்துவிட்டார்!

முனீஸ்வரன் மரத்தை வெட்டுவது என்பது இப்போது நினைத்துப் பார்க்கவே முடியாத காரியமாகப் போய்விட, அங்கே தற் கொலை நடந்துபோனதற்குப் பரிகாரமாக மஞ்சள் நீரெல்லாம் தெளித்துக்கொண்டிருந்தார்கள். முனீஸ்வரன் இன்னும் பாப்புல ராகி அண்டை அசலில் இருந்தெல்லாம் மக்கள் அதிகம் வர ஆரம்பித்துவிட்டார்கள். எல்லோரும் போகும்போது இவன் மனைவியையும் பார்த்துவிட்டு நாயையும் வியப்பாகப் பார்த்துவிட்டுத்தான் போனார்கள். முனீஸ்வரன் உயிர்ப்பித்த நாய் என்று இப்போதே பேச்சு தொடங்கிவிட்டது.

மறுதினம் உஜாகர் சிங் க்ரேன் ஆப்பரேட்டருடன் ஒத்துழைத்து, ஆண்டெனாவை பெடஸ்டல் போட்டு முழுவதும் மேலேற்றி விட்டார்கள். ரிஃப்ளெக்டர் எல்லாம் அசெம்பிள் பண்ணும் தீவிரத்தில் ப்ரமிளாவை மறந்தே விட்டிருந்தான். சாயங்காலம்

போனபோது டி.ஸி. வீட்டில் கூட்டமாக இருக்க, ப்ரமிளா வராந்தாவில் உட்கார்ந்திருக்க, பல பேர் அவள் முன் பலவிதமான பழங்கள், வெற்றிலை பாக்கு எல்லாம் வைத்து, ஒரு சிறுமி அவளைக் காலைத் தொட்டு கும்பிட்டபோதுதான், 'ப்ரமிளா, என்ன இது நான்சென்ஸ்!'

'ஷ்ஷ்... அவங்க இப்போ உங்க மனைவி இல்லைங்க.'

'பின்னே?'

'முனீஸ்வரன் வந்திருக்காருங்க.'

ப்ரமிளா மௌனமாக இருந்தாள். கண்கள் மூடியிருந்தன. தியானத்தில் போல.

'முனீஸ்வரன் இவங்க மேல வரப் போறதாச் சொல்லியிருக்காங்க.'

'என்ன உளறல் இது? என்ன உளறல்! ஷி இஸ் மை ஒய்ப்!'

'இப்ப இல்லைங்கறேன்' என்றாள் நித்யா.

'மனோஜ், கொஞ்ச நேரம் சும்மா இருங்க. முனீஸ்வரன் மலை ஏறினப்புறம் அவ கூட பேசலாம்.'

'திஸ் ப்ளேஸ் இஸ் நட்ஸ்! பாய்ங்க்கர்ஸ் ஐ ஸே!'

ப்ரமிளா அவள்மேல் படிந்திருந்த சாமி விலகி சாதாரண ப்ரமிளா ஆவதற்கு ராத்திரி எட்டு மணியானது.

இரவு படுத்துக்கொண்டபோது, 'ப்ரமிளா என்ன இதெல்லாம்!'

'என்ன?'

'நிஜமாகவே சாமி வருகிறதா உன்மேல்?'

'அதென்னவோ மனோஜ் எனக்குச் சொல்லத் தெரியவில்லை. ஆனால், அந்த சமயத்தில் என்ன நடக்கிறது என்று எனக்கு நினைவே இல்லை. என்னவோ உடம்பெல்லாம் உருவி விட்டது போலத்தான் இருக்கிறது. பசியே இல்லை. ஜோதி தெரிகிறது.

'ஸ்டாப் இட்!' என்றான்.

'என்ன மனோஜ்?' என்றாள் பயத்துடன்.

'ப்ரமிளா, நீ பண்ணுவது ஏமாற்றுக் காரியம். இதெல்லாம் இல்லை! சாமியாவது பூதமாவது! எல்லாம் ஆசாமிதான். முனீஸ்வரன் இல்லை. மண்ணாங்கட்டியும் இல்லை.'

அவன் வாயைப் பொத்தினாள். 'அப்படியெல்லாம் பேசக் கூடாது' என்றாள் குழந்தை போல.

'உன்னைக் கல்யாணம் செய்து கொள்ளும்போதே எண்ணினேன். இது தேறாத கேஸ். கொஞ்சம் மரை கழன்ற குடும்பத்திலிருந்து வந்த பொண்ணு என்று. நான் நினைத்தது நிசமாகிவிட்டது. ப்ரமி, கம் ஆஃப் இட்!'

'இல்லை மனோஜ். நிஜமாகவே முனீஸ்வரன் என் கனவில் வந்து என்ன என்னவோ சொல்கிறார்.'

'ஆல்ரைட் நேத்து கனவில் என்ன சொன்னார்?'

'இங்கிருந்து எட்டு மைல் தூரத்தில் விறாலிக்குறிச்சி என்ற கிராமத்தில் ஒரு குளம் இருக்கிறதாம். அந்தக் குளத்தின் மத்தியில் ஒரு தாமரை மண்டபம் இருக்காம். அந்த மண்டபத்தில் நடுவே தோண்டினா முனீஸ்வரன் சிலை கிடைக்குமாம். இதைத் தினம் கனவில் சொல்லிண்டே இருக்கார் மனோஜ்.'

மனோஜ் கொஞ்சம் பயத்துடன் சிரித்தான். 'ப்ரமிளா, ஆர் யு ஆல் ரைட்?'

'ஐம் ஆல் ரைட். ஏன்?'

'முனீஸ்வரன் கனவில் வந்து மண்டபத்தில் - அது என்ன தாமரைப் பூவா?'

'நடுவில் சிலை புதைச்சிருக்குன்னு, அதைப் ப்ரதிஷ்டை பண்ணச் சொன்னார்!'

'சரி, போய்ப் படுத்துக்க.'

'மனோஜ், நான் சொல்றதில நம்பிக்கை இல்லதானே உனக்கு?' என்று கெஞ்சினாள்.

'இல்லை, நம்பறேன்.'

'கேலிதானே பண்றே?'

'இல்லை நிஜம்.'

'சிரிக்கிறியே கண்ணால.'

'சிரிக்கலை. அழறேன்.'

'மனோஜ், எனக்குப் பைத்தியம்னு சொல்லாதே?' என்றாள் கேள்வி கேட்கிற தோரணையில்.

'இந்த மாதிரி விபூதி போட்டு இன்னும் பாயைப் ப்ராண்டு! பைத்தியம்னு சொல்லலை.'

'டோட்டு உயிரோட வரலையா?'

'இது டோட்டு இல்லை. டோட்டு மாதிரி ஒரு நாய்.'

'டோட்டுதான் இது. எப்படி என்னைத் தேடிண்டு வருமாம் இது.'

'என்னவோ குழப்பம் இருக்குது. எப்படின்னு புரியலை. ஏதாவது விளக்கம் இருந்துதான் ஆகணும். நாம டோட்டு எப்படி இருக்கும்னு மறந்துபோய்ட்டோம். டோட்டு மாதிரி ஒரு நாய் வரவே அதுதான்னு அதை ஸ்வீகாரிச்சுண்டாச்சு.'

'மனோஜ், எனக்குப் பைத்தியம்னு மட்டும் சொல்லாதே என்ன?'

'சொல்லலை. நீ பேசாம வீட்டுக்குள்ள இரு. வெளியே போனா தகராறு. யாராவது வீதில விழுந்து சேவிக்க ஆரம்பிச்சுடுவாங்க. என்ன கிராமம்பா இது! என்ன மூடநம்பிக்கை இவங்களுக்கு. சாடிலைட் கம்யுனிகேஷன், நாய்ஸ் ஃபிகர்னு என்ன ஒரு அபத்தம்!'

மனோஜுக்குச் சிரிப்பதா அழுவதா தெரியவில்லை. ஆனால் தன் பெண்டாட்டிக்கு முனீஸ்வரன் பைத்தியம் முற்றுவதற்குள் அவளை வெளிநடத்த வேண்டும் என்று எச்சரிக்கை தோன்றி விட்டது. இன்னும் கொஞ்ச நாள் இந்தக் கிராமத்தில் இருந்தால், தன்னையும் பைத்தியம் பண்ணி விடுவார்கள். தானும் காதில் பூ சொருகி முனீஸ்வரன் பண்ண ஆரம்பித்துவிடுவோம் என்கிற பயம் வந்துவிட்டது.

இன்ஸ்பெக்டர் ஷண்முகத்திடம் ஷண்பேகர் பற்றி ஏதாவது தகவல் கிடைத்ததா என்று கேட்டுப் பார்த்தான்.

இல்லை.

ஷண்பேகர் எங்கே போனான் என்பதும் வினோதமாக இருந்தது. இதனிடையே உஜாகர் சிங் வேறு குழப்பிவிட்டான்.

சாடிலைட்டுக்கு எர்த் கனெக்ஷன் கொடுப்பதற்குக் கரியும் உப்பும் கொண்டு வர உஜாகர் போயிருந்தான். ஆரம்பாக்கம் மார்க்கெட்டில் உப்பு கிடைத்ததும், கரித்தூள் நடேச பண்டிதர் வீட்டில் இருப்பதாக யாரோ சொல்லப்போய், இரண்டு சர்தார்ஜி களும் பண்டிதர் இல்லாதபோது அவர் வீட்டுக்குப்போய், பின் கட்டில் கரி இருக்கிறதா என்று ஓடு வேய்ந்த ஷெட்டில் பார்க்க, அலறிக்கொண்டு ஓடி வந்தார்கள். என்ன சமாசாரம் என்று கேட்டால், சரியாகச் சொல்ல முடியாமல் தவித்தனர். இருவரும், 'ஸாப்! வஹான் வஹான்' என்பதைத் தவிர வேறு என்ன என்று சொல்ல மாட்டேன் என்கிறார்கள்.

இன்ஸ்பெக்டர் ஷண்முகத்தை அழைத்துச் சென்று அங்கே போய்ப் பார்த்ததில் ஓடு வேய்ந்த அந்தப் பகுதியில் கரி கொட்டி அவிழ்ந்திருந்தது.

'என்ன உஜாகர்?'

'பாருங்கள் சரியாக.'

கரி மூட்டை. அது கரி என்றுதான் நினைத்துக் கொண்டிருந் தார்கள். உஜாகர் மூட்டையைக் குலுக்க, அது கரி இல்லை. தலைமயிர்!

இன்னும் கொஞ்சம் உலுக்கியதில் அந்த ஆள் சட்டை போட் டிருந்ததும் அவன் பாக்கெட்டில் நோட்டுப் புத்தகமும் தெரிந்தது. அவன் பல் வரிசை பொருந்தாமல் கோண, வாயிலிருந்து ரத்தம் வெளியே வந்து, கறுப்பாக உறைந்திருந்தது.

மனோஜுக்கு ரத்தம் சில்லிட்டது.

அனைத்தையும் விட்டு பம்பாயைப் பார்க்கப் போய்ச் சேரவேண்டும் என்கிற கவலை வயிற்றைப் பிசைந்தது.

ஷண்முகம் 'யாருப்பா இது?' என்றார்.

'இதாருங்க? நம்மூர்க்காரன் இல்லைங்க. பக்கத்து ஊர் போல இருக்குது. ரொம்பக் கறுப்பா இருக்கானுங்க.'

'கரித்தூளுங்க!'

'குளிப்பாட்டிரலாமா? பார்த்தா நம்ப புலி வேசக்காரன் மாதிரி இல்லை?'

'கணேசனா?'

'ஆமாங்க, அவனைப் போலத்தான் அசப்பில் தெரியுது.'

'இல்லைப்பா, வேத்தாளு மாதிரி தெரியுது. கணேசனை யாரோ திருவிழாவில் பார்த்ததாச் சொன்னாங்க.'

'பின்ன யாரு இது?'

'இவன் நம்ம அய்யா சைட்டில் காவல் பார்த்தவங்க. பேரு மாணிக்கம். எனக்கு நல்லாத் தெரியும்.'

'யாராவது பிடிங்க...'

அந்த உடலின் கையில் ஒரு காகிதம் இருந்தது.

18

இன்ஸ்பெக்டர் ஷண்முகம் மெல்ல அந்த உடலை அணுகி, அந்தக் காகிதத்தை எடுத்துப் பார்த்தார். மாலை செய்தித்தாளின் பகுதி அது.

'தேதி என்ன போட்டிருக்கு, பாருங்க?'

'பதினெட்டு, வெள்ளிக்கிழமை.'

'செல்வி செத்தாளே. அதே தேதி!'

'ஷண்முகம் மனோஜைப் பார்த்து, 'அய்யா, இந்தாளு உங்க சைட்டில் வேலை பார்த்த ஆளுங்களா, சொல்லுங்க!' என்றார்.

மனோஜ் பயத்துடன் 'என்ன வேலை?' என்றான்.

'வாட்ச்மேன் மாதிரி தெரியுது. சரியாப் பார்த்துச் சொல்லுங்க. ஆளை அடையாளம் கண்டுபிடிக்க வேண்டியது முக்கியம்.'

மனோஜ் தயக்கத்துடன் அந்த உடலைப் பார்த்தான்.

'பார்த்தா அந்த மாதிரிதான் தெரியுதுங்க.'

'மஸ்டர் ரோல் இருக்குதில்லை. அதில் விரல் அடையாளம் இருக்குமில்லை, பணம் வாங்கறப்ப?'

'ஆமாங்க.'

'மஸ்டர் ரோலைக் கொடுத்துருங்க' என்றார். 'இந்தாளுகூட ஷண்பேகர் வாக்குவாதம் ஏதாவது செய்தாராமா?'

125

‘இல்லைங்க இன்ஸ்பெக்டர். ஷண்பேகருக்கும் காஷுவல் எம்ப்ளாயிஸ்க்கும் சம்பந்தமே இல்லை. எல்லாம் நானே பார்த்துக்கிட்டு இருந்தது.’

‘பின்ன எப்படிச் செத்திருப்பான்?’ என்றார்.

‘அது நீங்க கண்டுபிடிக்க வேண்டியது.’

‘எதுக்கும் மஸ்டர் ரோல் பாரங்களையெல்லாம் கொடுங்க. என்ன? கிராமத்தை விட்டு எங்கேயும் போயிராதீங்க. உங்க நண்பரைத்தான் வலை வீசித் தேடிக்கிட்டு இருக்கோம். ஆளையே காணோம். என்னவோ எடக்கா நடக்குதுங்க. கிராமத்தில் நீங்க சாட்டிலைட்டு வெச்சாலும் வெச்சீங்க...’

‘இன்னும் வெக்கலிங்க. கால் வேலைகூட ஆகலை.’

‘முனீஸ்வரன் மரத் தகராறு வந்தப்பவே பேசாம ஊரைப் பார்க்கப் போயிருக்கலாம். இப்ப கேஸ் முத்திருச்சு. எஸ்.பி.யானா தினம் போன் போட்டுப் பேசிக்கிட்டு இருக்காரு. ஏதாவது கண்டுபிடிச்சியா கண்டுபிடிச்சியான்னு?’

‘அதுக்கு நான் எந்த ஒத்துழைப்பும் கொடுக்கத் தயாருங்க.’

‘உங்க நண்பர் எப்பவாவது உங்களை ரகசியமாச் சந்திக்க முயற்சி செய்தா, உடனே எங்களுக்கு தகவல் சொல்லவேண்டியது உங்க கடமை.’

‘சரிங்க.’

‘உங்க சம்சாரத்தின் பேர்ல முனிசாமி வந்திருச்சாமே...’

‘அப்படித்தான் சொல்றாங்க.’

‘எல்லா ஊர்லயும் சேதி போயி ஸ்பெஷல் பஸ்ல வள்ளிக்குப்பம் வந்துக்கிட்டு இருக்காங்க சனங்க. அவங்க சொல்றதெல்லாம் பலிக்குதாம். ஒங்க நாயி திரும்பக் கிடைச்சுட்டது உண்மையா?’

‘ஒரு நாய் கிடைச்சிருக்கு. அதே நாய்ங்கறாங்க எல்லாரும். எனக்கு அப்படித் தோணலை.’

‘உங்களுக்கு இதெல்லாம் நம்பிக்கை இல்லைதானே?’

‘இல்லைங்க.’

'உங்களுக்கு தெரியாதுங்க. இதில எல்லாம் பின்னணியில் ஒரு தெய்வ சக்தி இருக்குதுங்க. எனக்கே தெரியுங்க...'

'எனக்கு நம்பிக்கையில்லை.'

வீட்டுக்குத் திரும்பியபோது டி.ஸி. வாசலில் கயிற்றுக் கட்டில் போட்டு உட்கார்ந்திருந்தார். 'உள்ளே கூட்டம் சமாளிக்க முடியலை' என்றார்.

'என்ன ஆச்சு?'

'எல்லா உங்க ஒய்ப்தான்.'

'ப்ரமிளாவா?'

'ஆமாம், போய்ப் பாருங்க.'

பிரமிப்புடன் உள்ளே சென்றபோது பூசாரி பவ்யமாக இடுப்பில் பட்டுத் துண்டு கட்டி வாயைப் பொத்தி அவள்முன் நின்று கொண்டிருக்க, ப்ரமிளா அசாதாரணமாகச் சப்பளம் கட்டிக் கொண்டு மார்புப் புடைவை விலகினது மதிக்காமல் தலை விரித்து, நெற்றியில் ரத்தச் சேறு போலக் குங்குமம் இட்டு ஒரே திக்கில் பார்த்துக்கொண்டிருக்க...

'தாயே, என்ன செய்யணும் என்ன செய்யணும்?' என்று முனீஸ்வர பூசாரி கேட்க...

ப்ரமிளா, 'ஹரிஹரா திரிபுராந்தக ஜீவாதாரா... எங்கள் அம்பிகை யொரு பாகா எங்கும் நிரந்தரமாய் எள்ளுள் எண்ணெய் போலிருந்து நினைப்பவர்க்கருள் போகா...' என்றெல்லாம் சொல்லிக்கொண்டிருந்தது மனோஜுக்கு ஆச்சரியமாக இருந் தது. எங்கே கற்றுக்கொண்டாள் இதெல்லாம்? ஒருவேளை அவள் மேல் நிஜமாகவே சாமி வருகிறதோ? சே! எப்படி இதை நம்பலாம்? பின் எப்படி இவளுக்கு இத்தனை பேச்சு வருகிறது? பம்பாயில் தமிழ் பேசியே அறியாதவள், எப்படி...?

'தலம் வந்து வீதி வலம் வந்து கண்கள் ஜலம் வந்து கோரும் பலன் தந்து எங்கள் குலம் சுத்தமாச்சு...'

'ஈஸ்வரி என்ன செய்யணும் பரிகாரம்?'

'மண்டபத்தில தோண்டு... எனக்கு மூச்சு முட்டுது. ப்ரதிஷ்டை பண்ணு, ப்ரதிஷ்டை பண்ணு. அதிக காலம் நான் வாசம் பண்ண முடியாது.'

'எந்த மண்டபம், எந்த மண்டபம்?'

'சொல்றேன், சொல்றேன்' என்றவள் சற்று நேரத்தில் தூக்கத்தில் போய் சாய்ந்து விட்டாள்.

'சாமி போயிருச்சு' என்றார் பூசாரி.

டோட்டுவுக்கு நெற்றியில் குங்குமம் இட்டு, கழுத்தில் மாலை சுற்றி அது வாலை ஆட்டிக்கொண்டு வலம் வந்து கொண் டிருந்தது.

மெல்ல நித்யா, ப்ரமிளாவை உள்ளே அழைத்துச் சென்று கட்டிலில் உட்கார வைக்க, மனோஜ் அவளருகில் சென்று தலையைக் கோதி, 'ப்ரமிளா, ஆர் யு ஆல்ரைட்?' என்றான்.

அவள் கண் திறந்து வெற்றுப் பார்வை பார்த்தாள். மனைவியை இழந்துவிடுவோமோ என்கிற பயம் கூட அப்போது ஏற்பட்டது மனோஜுக்கு.

'ப்ரமிளா, உனக்கு என்ன பண்றது?'

'ஞாபகம் இல்லை.'

'ஒரு வேளை ஃபிட்ஸ் வரதா நித்யா?'

'அதெல்லாம் இல்லை மனோஜ். முனீஸ்வரன் அம்பாள் ரூபத்தில் அவ பேர்ல வரார். இல்லைன்னா இப்படி சமஸ்கிருதத்திலயும் தமிழ்லயும் எப்படி ஸ்பஷ்டமாப் பேச முடியறது?'

'என்னவோ எனக்கு ஏதும் புரியலை.'

'கொஞ்ச நாளைக்கு அவளை உங்க மனைவியா ட்ரீட் பண்ணா தீங்க. நான் சொல்றது புரியறதோல்லியோ? தெய்வத்தின் அம்சமா வச்சுக்கணுமாம். பூசாரி சொன்னார். ரெண்டு வேளை யும் குளிக்கணுமாம். மஞ்சள் உடுத்தணுமாம்.

'ப்ரமிளா, என்ன இது? எதுக்காக இங்க வந்தோம்? என்ன செய்றோம்?'

128

‘எனக்கு டயர்டா இருக்கு’ என்று ப்ரமிளா பூனைக் குட்டிபோல் சுருண்டு படுத்துக்கொண்டு தூங்கிப் போனாள்.

‘நடுராத்திரியில்தான் பசிம்பா. அப்ப இந்தப் பாலை மட்டும் கொடுத்துருங்கோ. மறுபடி தூங்கிப் போய்டுவா. காலை யிலிருந்து கூட்டமான கூட்டம். முனீஸ்வரன் ரெண்டாவது பலி வாங்கிட்டாராமே, அந்தத் தோட்டக்காரனை?’

‘அய்யோ, இது யார் சொன்னது உனக்கு?’

‘எல்லாரும் ஆரம்பாக்கம் வரை பேசிக்கறாங்க. நடேச பண்டிதர் தோட்டத்தில் பாடி கிடைச்சதாமே. அவனும் முனீஸ்வரனை நிந்தனை பண்ணிருக்கான்போல. அதான் பலி வாங்கிட்டார்.’

‘நித்யா, ஆர் யு ஸீரியஸ்? சயன்ஸ் படிச்ச பொண்ணு நீ... இதையெல்லாம் நம்பறியா?’

‘இதுக்கெல்லாம் வேற எக்ஸ்ப்ளனேஷன் இருந்தாச் சொல்லுங்க மனோஜ்.’

‘எதுக்கெல்லாம்?’

‘டோட்டு உயிரோட வந்ததுக்கு. ப்ரமிளா மண்டபத்தில இருக் கிற ப்ரதிஷ்டையைப் பற்றி சமஸ்கிருதத்தில் குறி சொல் றதுக்கு...’

‘சமஸ்கிருதம் இல்லை அது.’

‘அவ பாடற பாட்டு?’

‘எப்பவாவது சின்ன வயசில கத்துண்டு இருக்கலாம். எனக் கென்னவோ எல்லாத்துக்கும் ரேஷனலா விஞ்ஞானப்படி ஒரு விளக்கம் இருந்தாகணும்னு தோணறது!’

‘இப்ப மண்டபத்தில் தோண்டிப் பார்க்கப் போறா...’

‘என்ன?’

‘ப்ரமிளா சொல்லிருக்காளே. மண்டபம்தான் எங்கிருக்குன்னு தெரியலை. ராத்திரி தூக்கத்தில ஏதாவது சொன்னா, ப்ளீஸ் குறிச்சு வச்சுண்டிருங்கோ மனோஜ்.’

‘ஆல் ஆஃப் யு ஆர் க்ராக்பாட்ஸ்’ என்றான்.

'க்ராக்பாட்ஸ், க்ராக்பாட்ஸ்' என்று ராத்திரியெல்லாம் சொல்லிக் கொண்டிருந்தான். பக்கத்தில் நிம்மதியாகத் தூங்கிக் கொண் டிருந்த மனைவியைப் பார்த்தான். ஏதும் புரியவில்லை. எதையும் கோர்வையாக எண்ணிப் பார்க்க இயலவில்லை.

நெற்றிக் குங்குமம் தலையணை எல்லாம் பரவியிருந்தது. இவள் யார்? தேவியா, முனீஸ்வரன் தங்கையா, என் மனைவியா, பொய் உருவமா, சித்தப்பிரமை பிடித்தவளா, சைக்கலாஜிக்கல் கேஸா, இல்லை, ஏதோ அமானுஷ்ய சக்தி பெற்றவளா, இல்லை குடும்பத்தில் ஏதாவது பைத்தியக்கார ஜீன் இருக்கிறதா?

ப்ரமிளா திரும்பிப் புன்னகை செய்தாள். கனவில் ஏதோ தேவதைகள் உலவுவதுபோல...

அவளைப் பார்த்துக்கொண்டே படுத்துக்கொண்டிருந்தான். தூங்கிப் போனான்.

இரவு மூன்று மணி இருக்கையில் சப்தம் கேட்டு எழுந்து விட்டான். ப்ரமிளா இருட்டில் எழுந்து உட்கார்ந்தாள். 'மனோஜ் வா' என்றாள்.

'எங்கே?'

'மண்டபத்துக்கு.'

'என்ன மண்டபம்?'

'தெரியாது. வழி மட்டும் தெரியுது. வா மனோஜ்.'

'இப்ப வேண்டாம். காலையில் பார்த்துக்கலாம். தூங்கு.'

'காலையில மறந்துடும் மனோஜ். இப்பத்தான் வழி தெரியுது. தாமரை மண்டபம். நடுவில் மூச்சு முட்டறது. மனோஜ், முனீஸ்வரன் கூப்பிடறார் மனோஜ், வந்துரு.'

'ஏய் ப்ரமிளா யு நட்... படு பேசாம' என்று அதட்டி அவளை வீழ்த்திப் போர்த்தித் தானும் படுத்துக்கொண்டான்.

சற்று நேரத்தில் மறுபடி சப்தம் கேட்க, அவள் அவன் மேல் அவனைக் கடந்து, 'நீ வராட்டா, நான் போறேன்' என்றாள்.

'எங்கே போறே? ஏய்?'

ப்ரமிளா கனவில் போல், 'நித்யா, நித்யா' என்று அழைக்க நித்யா பதறிக்கொண்டு வந்து 'என்ன?' என்றாள்.

'மண்டபத்துக்கு வழி தெரியறது. என்னோட வரயா?'

'வரோம் தாயே, நிச்சயம்.'

'எல்லோரையும் கூப்பிடு.'

'கூப்பிடறேன் தாயே.'

'எனக்குக் குளிக்கணும்.'

'வெந்நீர் போடட்டுமா?'

'மண்டபத்தில் குளிக்கணும். மஞ்சள் மட்டும் எடுத்துண்டு வா...'

ப்ரமிளா தெருவில் நடக்க ஆரம்பித்தாள்.

19

மரத்து முனீஸ்வரன் ப்ரமிளா தேகத்தில் புகுந்து பேசுகிறார் என்கிற செய்தி, எப்படியோ கிராமம் முழுவதிலும் அண்டை அசலிலும் பரவி, வீட்டு வாசலில் பெரிய கூட்டம் கூடியிருந்தது. பூசாரி அந்தக் கூட்டத்தில் பிரதானமாக இருந்து, ‘முனீஸ்வரன் உண்மையான பக்தர்களில் யார் வேண்டுமெனினும் தேர்ந் தெடுத்து, அவர் மேல் வருவார்’ என்று சொல்லிக்கொண்டு பிரசாதம் அளித்துக்கொண்டிருந்தார். ப்ரமிளா நடந்து கொள் ளும் விதம் மனோஜுக்கு மிக வியப்பாக இருந்தது. எப்படி அவளால் அத்தனை அமானுஷ்ய தோற்றம் பெற முடிந்தது. அல்லது இந்தத் தோற்றம் இவள் மனத்தின் பிரமையா? பத்து பேர் சொல்வதால் ஏற்படுகிற கட்டாய மனபிம்பமா?

ப்ரமிளா இப்போது மனோஜ் சொல்வதைக் கேட்பாள் எனத் தோன்றவில்லை. ஏதோ சாவி கொடுத்தவள்போல நடந்து தெருவுக்கு வந்தாள். இருட்டில் சில தீப்பந்தங்கள் கொண்டு வந்தார்கள். ப்ரமிளா நடந்து செல்ல, அவளுக்கு சுற்றிலும் ஒரு வட்டம் அமைத்தார்கள். பல பேர் அவள் பாதத்தைத் தொட்டு நமஸ்காரம் பண்ணுவது மனோஜுக்கு வெறுப்பாக இருந்தது. என்ன ஒரு பைத்தியக்கார ஜனங்கள். என்ன ஒரு பைத்தியக்கார நம்பிக்கை!

‘ப்ரமிளா, எங்கே போறேம்மா?’

‘மண்டபத்துக்கு. என் பின்னால் வா. மூச்சுத் திணர்றது. வெளியே வந்து ஆகணும்!’

எல்லோரும் முனீஸ்வரன் பற்றிச் சொல்லச் சொல்ல, அதனால் ஏற்பட்ட ஹிஸ்டீரியாவின் தாக்கமோ?'

'முனீஸ்வரன் உங்க மனைவி மூலம் பேசுறாங்க!'

'பூசாரி, நான் இதை நம்பலை.'

'பின்ன எப்படி இவங்க வழி தெரிஞ்சா மாதிரி நடக்குறாங்க? சொல்லி வச்சாப்பல சதிர்க் கச்சேரி மாதிரி பதிய நடக்கறாங்க. எங்கேயாவது பார்க்கறாங்களா? எதையாவது மதிக்கிறாங்களா? முனிதாங்க இது.'

'என்ன எழவோ?'

'எழவு கிழவுங்காதீங்க! தெய்வ காரியம்.'

ப்ரமிளா ஊருக்கு வெளியே பொம்மை போல நடந்து சென்று, நடேச பண்டிதரின் வீட்டைக் கடந்தபோது, உஜாகர் சிங் கட்டிலிருந்து எழுந்து நின்று பார்த்தான். அவனுடன் கூடவந்த சர்தார்ஜியும் மௌனமாக அந்த ஊர்வலத்தைக் கவனிக்க, ப்ரமிளா அல்லி மலர்களும் தாமரை இலைகளும் மலர்களும் நிறைந்திருந்த தண்ணீரே தெரியாத குளத்தில் சரசரவென்று இறங்கினாள்!

'இது என்ன குளங்க?'

'பழங்காலத்துக் குளம்ங்க. யாரும் கிட்டே போனதில்லை...'

ப்ரமிளா அல்லித் தண்டுகளை விலக்கி, இடுப்பளவு தண்ணீரில் நேராக அந்தக் குளத்தின் மத்தியில் இருக்கும் மண்டபத்தை நோக்கிச் சென்றாள். மற்றவர்கள் தயக்கத்துடன் பின் தொடர, தீவட்டி நெருப்புகள் அவ்வப்போது தெரிந்த தண்ணீரில் நடனமாடின.

'பிடி... பிடி... மூச்சு திணர்றது. என்னை வெளியே எடுத்துடு. சாமி, நான் வெளியே வந்தே ஆகணும்.'

'என்ன சாமி?'

'நோண்டு.'

'எங்க சாமி?'

‘நிக்கற இடத்தில், கடப்பாரை கொண்டு வரலை?’ என்று அதட்டினாள்.

‘இதோ சாமி, இதோ! காளி, கருப்பா, கடப்பாரை கொண்டு வாடா!’

அவர்களில் சிலர் ஓடிப்போக, ப்ரமிளா குளிரில் நடுங்க ஆரம்பித்தாள். இடுப்புப் புடைவை ஈரமாகி பாசி படர்ந்திருந்தது. தலை விரிந்திருந்ததை முடிக்க முயன்றான் மனோஜ். ‘தொடாதே’ என்று அவனைத் தள்ளினாள் ப்ரமிளா.

‘இப்ப அவங்க உங்க மனைவி இல்லிங்க!’

‘பின்னே யாராம்?’

‘எங்க முனீஸ்வரர்! குரலே மாறிப் போயிருச்சு. தெரியாம கேக்கறீங்களே!’

ப்ரமிளா இருந்த இடத்திலேயே நடுங்கிக்கொண்டு கையைத் தேய்த்து, ‘கொண்டா கொண்டா’ என்றாள். உஜாகர் சிங்கும் கர்த்தார் சிங்கும் வேடிக்கை பார்த்துக்கொண்டிருக்க, மூங்கில் கம்புகளும் தோரணங்களும் டீசல் ஜெனரேட்டரும் குழல் விளக்கும் வந்து சேர்ந்தன. கடப்பாறைக்குப் போயிருந்தவர்கள் திரும்பி வந்துவிட, அவர்கள் ஆயுதங்களைப் பிரயோகித்து ப்ரமிளா காட்டிய இடத்தில் தோண்டலானார்கள்.

‘முனீஸ்வரன் இங்க என்ன?’

‘நான்! தோண்டு… முட்டுது… தோண்டு.’

அவர்கள் வச்சக் வச்சக் என்று கடப்பாரை போட்டுத் தோண்ட ஆரம்பிக்க, ப்ரமிளா எதிரே பார்த்துக்கொண்டு முணுமுணுத்துக் கொண்டே காத்திருந்தாள். ஆடினாள்.

மனோஜ் தலையில் கையை அழுத்திக்கொண்டு மண்டபத்தில் ஓரத்தில் உட்கார்ந்துகொண்டுவிட்டான். தவளைகள் சப்தமிட ஆரம்பித்தன.

கொஞ்ச நேரத்தி'ல ‘ணங்’கென்று கல்லில் கடப்பாரை படும் சப்தம் கேட்க, கூட்டத்தில் சின்னதாக ஆரவாரம் புறப்பட்டது. ‘ஆ! இதப் பாருய்யா!’

'என்ன?'

'முகம்.'

'யாரு முகம்.'

'முனீஸ்வரரு.'

'சாக்கிரதை. சாக்கிரதை. விரிஞ்சுறப் போவுது; பட்டுறப் போவுது.'

மனோஜ் எழுந்து கூட்டத்தைப் பிரித்துப் பார்க்க அவர்கள் தோண்டிய இடத்தில் ஒரு கற்சிலை தெரிந்தது. தலையில் கிரீடம், நீண்ட காதும், கன்னத்தில் உப்பலும், தாடையில் அழுத்தமும், சற்றே புன்னகையுமான கரிய சிலை.

'என்னை எடு! என்னை... மூச்சு முட்டுது.'

'மெல்ல மெல்ல!'

'அட! சொன்னேன் பார்த்தீங்களா! இந்த அதிசயம் வேற எங்க யாவது நடக்குமா? முனீஸ்வரா, முனி தேவா! முனியே முக்கண்ணப்பா!'

'என்ன ஆச்சரியம் பார்த்தீங்களா?'

மனோஜ் ஆடிப் போய்விட்டான். நிஜமாகவே ப்ரமிளாவுக்கு அந்தச் சக்தி உள்ளதா? எப்படி இவளுக்கு இந்தப் பாழடைந்த மண்டபத்தில் சிலை புதைந்திருப்பது தெரியும்! இந்த இடத்துக்கு வந்ததே இல்லையே! நான் எந்த விதத்தில் இதைப் புரிந்து கொள்வது?

அவர்கள் அனைவரும் முனீஸ்வரனை விழுந்து விழுந்து சேவிக்க, ப்ரமிளாவிடம் பூசாரி, 'தாயே, வேற என்ன ஆக்கனை முனியம்மா?' என்றான்.

'பூசாரி, என்னை இங்க ப்ரதிஷ்டை பண்ணிடுங்க! மூச்சுக் காற்று போதும். இங்கதான் எனக்கு இனிமே வாசம்! இங்கதான் இருக்கப் போறேன். எம்பேரு முனிபுங்க ஸ்வாமி மனோஜ் முனி!'

'அப்படியே சித்தம் சுவாமி.'

'திங்கள் கிழமை சிங்கமுகத் திண்ணையில்
சேர்ந்திருக்க வேணும்
குருதை முக மண்டபத்தில்
கூடியிருக்க வேணும்!'

ப்ரமிளாவா இதையெல்லாம் பேசுகிறாள்!

'ஒதுங்குங்க ஒதுங்குங்க.'

கொஞ்ச நேரத்தில் ப்ரமிளா களைப்பவளாகி அவர்கள் கொடுத்த இளநீரைக் குடித்துவிட்டு, மனோஜை முதன்முதலாகப் பார்த்தாள்.

'ப்ரமிளா?'

'மனோஜ்.'

சந்தோஷத்துடன், 'ஆர் யு ஓ.கே?' என்றான்.

'என்ன ஆச்சு?'

அவளைத் தனியாக அழைத்து மண்டபத்தின் ஓரத்துக்குக் கொண்டுவந்து, 'ப்ரமிளா, உனக்கு நடந்தது தெரியாது?'

'தெரியாது. இவாள்ளாம் யாரு? எதுக்கு இத்தனை கூட்டம்?'

பூசாரி சொற்பொழிவுபோலப் பேசிக்கொண்டிருந்தார். 'முனீஸ்வரன் கிடைச்சுட்டார். நாக்கில வேதாந்தம் எழுதினவன் ஒரு முறை சொன்னான், மண்டபத்தில் வச்சுருன்னு. இப்பத்தான் புரியுது. சாக்கிரதையாத் தூக்குங்கடா. முனி ஸ்வாமி என்ன அழகாக இருக்காரு... பாரு... என்ன தேஜஸ்! அம்மா நீங்க வூட்டுக்குப் போங்கம்மா, சாமி மலை ஏறிட்டார். இருப்பிடம் கண்டுபிடிச்சுக் கொடுத்துட்டாரு. அதுக்கு ஒரு கருவி நீங்க. இனி தொந்தரவு செய்ய மாட்டாரு!'

'இனிமே வருவாரா?'

'அதான் வந்து சேர்ந்துட்டாரே?'

நடேச பண்டிதர் வீட்டிலிருந்து மர பெஞ்சுகள் போட்டு இணைக்கப்பட்டு, மண்டபத்திலிருந்து ஒரு தாற்காலிகப் பாலம் அமைக்கப்பட்டு, ப்ரமிளாவை ஜாக்கிரதையாக நடத்தினார்கள்.

மனோஜ், அந்தச் சிலை, மண்டப நடுவே சுமார் மூன்று அடி உயரத்துக்கு நிற்பதைப் பார்த்தான். தீப்பந்த வெளிச்சத்தில் அந்தப் புன்னகை உதடுகள் அசைவதுபோல ஒரு கணம் தெரிந்தது. நிச்சயமாக மனோஜ் பூசாரி கொடுத்த குங்குமத்தை வாங்கி நெற்றியில் இட்டுக்கொண்டான்.

வீட்டுக்குத் திரும்பியபின் ப்ரமிளா சுத்தமாக விஸ்தாரமாக மறுமுறை குளித்தாள். நித்யா கொடுத்த தேநீரை அருந்தினாள். புடைவை மாற்றிக்கொண்டு, பழையபடி நைட் ஷர்ட் போட்டுக் கொண்டாள்.

'ஆச்சா?'

'என்ன?'

'எல்லாம். ஆவேசம், சாமி.'

'என்ன சொல்ற மனோஜ்?'

'ப்ரமிளா, ஆர் யு ஷ்யூர்? உனக்கு நடந்தது... நீ நடந்தது, எதுவும் தெரியாது?'

'தெரியாது மனோஜ். என்ன பேசறீங்க நீங்க.'

'பாசாங்கு பண்ணாதே, ப்ளீஸ்... எனக்கு பைத்தியம் பிடிச்சுடும்.'

'என்ன சொல்றே?'

நித்யா, 'அவளைப் போட்டுக் குழப்பாதீங்க மனோஜ். நான் சொன்னேன் இல்லை, அது அவ இல்லை.'

'எது?'

'ப்ரமிளா, நீ சாயங்காலம் ஊருக்கு வெளியே வந்து ஒரு மண்ட பத்துக்குப் போயி ஒரு சிலை இருக்கிற இடத்தைக் காட்டினது ஞாபகமில்லை?'

'ஞாபகமில்லை மனோஜ். காட் ப்ராமிஸ்!'

நித்யாவை கையாலாகாத்தனத்துடன் பார்த்தான். அவள் 'விட்டுருங்க' என்றாள்.

'இனிமே வராதே?'

'எப்படிச் சொல்ல முடியும்?' என்றாள் நித்யா.

படுத்துக் கொண்டிருக்கும்போது, பின்னிரவில் கனவு கண்டான். அருகில் மனைவி இருக்கிறாளா என்று தொட்டுப் பார்த்தான். அவள் தூக்கத்திலிருந்து எழுந்து அவன் கழுத்தை வளைத்துத் தன்பால் இழுத்துக்கொண்டு ஒரு காதைப் பிடித்தாள், வலித்தது, சற்று பயமாக இருந்தது.

'இப்ப நீ ப்ரமிளாவா, இல்லை சாமியா?'

'என்ன சொல்ற மனோஜ்? ப்ரமிளாதான் நான்.'

'உங்கப்பா நாளைக்கு வரப் போறதாச் செய்தி கொடுத்திருக்கார்.'

'எதுக்கு?'

'உன்னைக் கூட்டிட்டுப்போறதுக்கு?'

'நான் முனீஸ்வரனை விட்டு எங்கேயும் போக மாட்டேன்!'

'ராகவா! மறுபடியும் முனீஸ்வரன்!'

'டோட்டு நாய் எப்படி வந்ததாம்!'

'அய்யோ என் நண்பனே ஷண்பேக்கரா! எங்கடா போய்ட்ட, என்னை இந்தப் பைத்தியக்கார தேசத்தில் தனியா விட்டுட்டு! என்ன ஒரு பரிபூர்ண குழப்பம்!'

காலை எழுந்து பல் தேய்த்துவிட்டு மாடி வழியாக எட்டிப் பார்த்ததில், 'நூற்றுக்கணக்கான பேர் வேகு வேகு என்று ஒரே திசை நோக்கி நடந்துகொண்டிருந்ததைப் பார்த்தான்.

20

எல்லோரும் சைட்டை நோக்கிச் சென்றுகொண்டிருந்தார்கள். மக்களின் ஆரவாரமும் ஆர்வமும் ஜல்லென்று ஒலிக்க அவர்கள் பேச்சிலிருந்து தெய்வத் தன்மை கலந்த ஏதோ ஒரு அதிசயம் நிகழ்ந்திருக்கிறது என்பது மட்டும் தெரிந்தது. என்ன அதிசயம் என்று ஆர்வம் மிகுந்தவனாக அவன் தன் மனைவியைப் பார்த்தான். ப்ரமிளா களைப்புடன் சற்றே வாய் திறந்து தூங்கிக் கொண்டிருந்தாள்.

மனோஜ் பாண்ட் மாற்றிக்கொண்டு செருப்பை அவசரமாகக் கால்களில் செருகிக்கொண்டு புறப்பட்டான்.

சைட்டை நெருங்க நெருங்கக் கூட்டம் அதிகமாகிக் கொண்டு வந்தது. எஸ்.பி. ஷண்முகம், டி.ஸி., நடேச பண்டிதர், பூசாரி எல்லோரும் தென்பட்டார்கள். எல்லோரும் முனீஸ்வரன் மரத்தின் அருகில் நின்றுகொண்டிருந்தார்கள். மரம்தான் நிற்கவில்லை! ஆம், மரம் சரி பாதியாக உயர வாக்கில் நெடுக அதன் உடல் பூரா வியாபித்த பிளவில் வெட்டப்பட்டு இரு பாதியாக இடம் வலமாகச் சரிந்திருந்தது. பிளவுபட்ட பகுதியில் சிவப்பாக ரத்தத் தீற்றல் போலத் தெரிந்தது. திரவம் கசிந்தது.

‘என்னங்க ஆச்சு?’

‘அதிகாலை இந்த சிங்கு தாடிக்காரரு சைட்டுப்பக்கம் போயிருக்கிறார். திடீர்னு ஏதோ பெரிசா முறியறா மாதிரி சப்தம் கேட்டுச்சாம். மரம் தானாப் பிளந்துக்கிச்சாம்.’

‘முனீஸ்வரன் கிளம்பிப் போய்ட்டாரு. மண்டபத்தில் சிலை கிடைச்சுதில்லை? அந்த அம்மா மூலம் அடையாளம் காட்டி னாங்கல்ல? அந்தச் சிலைக்கு மரத்தைப் பிளந்துகிட்டு எழுந்து போய்ச் சிலையோட ஒண்ணாயிட்டார். ஐக்கியமாயிட்டாரு... எல்லா சக்தியும் அங்கே போயிருச்சு. ரத்தம் பாருங்க வழியுது’ என்றார் பூசாரி.

மரப்பிளவிலிருந்து ஏறக்குறைய கோந்தின் பதத்துக்கு வழிந்த அந்தக் கருஞ்சிவப்பு திரவத்தை அவர்கள் பேருக்குப் பேர் தொட்டு நெற்றியில் இட்டுக்கொண்டார்கள்.

‘புது ஸ்தலத்துக்கு புறப்பட்டுப் போயிட்டாரு. அந்தப் பொண்ணு மரத்தில் தொங்கினப்பவே இதனுடைய தூய்மை போயிருச்சில்லை; இடம் பெயர்ந்துட்டாரு.’

‘ராத்திரி நிச்சயம் மின்னல் அடிச்சது. பல பேர் பார்த்தாங்க.’

‘நான் கூடப் பார்த்தங்க. இடி கூட இடித்தது.’ கிராமத்தில் பல பேர் அந்த மழையற்ற மின்னலையும் இடியையும் கவனித்திருந் தார்கள். இப்போது அவர்கள் பரவசத்தால் செலுத்தப்பட்ட வர்கள்போல முனீஸ்வரனின் புது ஸ்தலத்துக்குச் சாரி சாரியாகச் சென்றார்கள். அனைவரும் மரத்தின் ஏதாவது ஒரு கிளை யையோ கொம்பையோ இலையையோ உடைத்து எடுத்துக் கொள்ள அனுமதிக்கப்பட்டார்கள்.

தன் கண் முன்னால் நடக்கும் இத்தனை அதிசயங்களையும் வகைப்படுத்த இயலாமல் மனோஜ் அந்தக் கூட்டத்தில் திரிந்தான். பலர் அவனைச் சுட்டிக்காட்டி, ‘இவர் சம்சாரத்தின் பேர்லதான் சாமி வந்து விளையாடிச்சு’ என்றனர். மனோஜ் சைட்டை நெருங்கும்போது முனீஸ்வரன் மற்றும் ஏறக்குறைய தரைமட்டத்துக்கு வந்து ஒன்றிரண்டு உடைந்த கிளைகளும் காய்ந்த இலைகளும்தான் பாக்கியிருக்க, உஜாகர் சிங் அவற்றை நீக்கிக்கொண்டிருந்தான். மனோஜுக்கு நடப்பது எதுவும் புரியவில்லை என்றாலும் ஒருவிதத்தில் மனதோரத்தில் ஒரு நிம்மதி, அலுப்பு நீக்கம் இருப்பதை உணர்ந்தான்.

மரம் போய்விட்டது. தரைமட்டம் ஆகிவிட்டது. இனி சாட்டி லைட் நிறுவுவதில் தடை ஏதும் இல்லை. இந்த நேரத்தில் ஷண் பேகர் இல்லையே என்று வருத்தப்பட்டான். முதலில் சின்ன தாகத் தொடங்கி பூதாகாரமாகப் பெரிதாகி இரண்டு மரணங்கள்

வரை தீவிரமாகிவிட்ட பிரச்னை ஒரே ராத்திரியில் கரைந்து போய்விட்டது.

உஜாகர் சிங் மரத்தின் கடைசி மிச்சங்களை நீங்க, கர்த்தார் சிங், 'ஸாப், ஸப் ஸாஃப் ஹோ கயா' (அய்யா, எல்லாம் சுத்தமாகி விட்டது) என்றான். 'நாங்கள் இன்றிரவு திரும்பிச் செல்லலாம் என்று இருக்கிறோம்.'

'சரி, ஆண்டெனாவை பெடஸ்டலில் ஏற்றியாகிவிட்டது. உங்களுக்கு வேலையில்லை. இருவரும் போகலாம்' என்றான்.

இப்போது மரத்தின் அருகில் யாரும் இல்லை. மரமே இல்லை. சற்றே சரியும் புல்வெளியில் நீண்ட தூரம் தடை எதுவும் இல்லாமல் சுத்தமாக இருந்தது. பம்பாயிலிருந்து மற்றொரு இன்ஜினியரை அனுப்புமாறு வி-சாட் சிறிய சாட்டிலைட் இணைப்பின் மூலம் கேட்டான். வாசுதேவன்தான் பதில் சொன்னார்.

'மரம் என்ன ஆச்சு?'

'மரத்தை வெட்டியாச்சு.'

'இஸிட்? யாரு?'

'தானாகவே பிளந்துவிட்டது!'

'மின்னல் அடிச்சோ அல்லது தெய்வச் செயலோ, மரம் விழுந்துட்டுது!'

'ஜனங்கள் கோபிக்கவில்லையா? முனீஸ்வரன் மரமாச்சே?'

'முனீஸ்வரன் வேற இடத்துக்கு ஜெய மண்டபத்துக்குள் போய்விட்டார்.'

'மனோஜ், நாம் எந்த யுகத்தில் இருக்கிறோம்?'

'அதுதான் எனக்கும் சந்தேகமாக இருக்கிறது. ஆனால் நான் சொன்னதெல்லாம் அப்பட்டமாக ஸ்பஷ்டமாக நடந்தது. என் மனைவி ப்ரமிளாவின்மேல் ஒரு ஆவேசம் போல வந்து அவள் நேராக நடந்து, ஒரு பாழடைந்த மண்டபத்தைக் காட்ட, அதில் முனீஸ்வரன் சிலை புதைந்திருந்தது. ராத்திரி ஒரு மின்னலுடன் இடி இடித்ததைப் பலபேர் பார்த்திருக்கிறார்கள். உஜாகர் சிங், கர்தார் சிங் இருவரும் பார்த்தனர். மரம் பிளந்துபோய் அதன் மத்தியிலிருந்து ரத்தம் வந்தது!'

'மனோஜ் நிஜமாகவே ஆர் யு ஆல்ரைட்? ஏதாவது நாட்டுச் சரக்கு போட்டிருக்கிறாயா?'

'நிஜமாகவே வாசு. நீங்கள் இங்கே வந்தபோது இந்த மாதிரி எல்லாம் நிகழும் என்று எதிர்பார்த்திருப்பீர்களா? ஒரு சமயம் எனக்குத் தோன்றுகிறது. தப்பான நூற்றாண்டில் இருப்பவர் நாம்தான் என்று. நமக்குத்தான் இதெல்லாம் வியப்பாக இருக்கிறது. கிராமத்து மக்களிடையே சந்தேகம் என்பதே இல்லை. மரத்திலிருந்து கசிவது ரத்தம் என்றால், ஆம் ரத்தம் தான். சந்தேகமே இல்லை. முனீஸ்வரன் நடந்து போனாரா? ஆம்! இந்த இடத்தில் வந்து சாட்டிலைட் எர்த் ஸ்டேஷன் அமைத்து என்ன சாதிக்கிறோம் என்று எனக்குக் குழப்பம் வாசு. சாலையில் ஒருமருங்கில் இருபத்து ஒன்றாம் நூற்றாண்டு. மறுமருங்கில் இரண்டாம் நூற்றாண்டு!'

'இது இந்தியா! சரி, விஜயகுமாரை அனுப்புகிறேன். சட்டு புட்டென்று வேலை முடித்துவிட்டு வந்துவிடு. டி.அண்ட் ஈ.காரன் வந்தான்னா அவன் சார்ஜ் எடுத்துக்கொள்ளவேண்டும்.'

'இன்னும் அதற்குச் சமயம் வரவில்லை. இப்போதுதானே நிஜமாக வேலை தொடங்குகிறது. இதுவரை மரம் வெட்டு வதில்தானே கவனம்.'

*சா*யங்காலம் வரை சுறுசுறுப்பாக உழைத்தான். எல்லா சப் அசெம்பிளிகளையும் இணைத்து சிக்னல் ஜெனரேட்டர் வைத்து பரிசோதித்துப் பார்த்தான். ப்ரமிளா சாப்பிட எதுவும் அனுப்ப வில்லை. பசியாக இருந்தது. பைக்குள் இருந்த அத்தனை பிஸ் கட்டுகளையும் சாப்பிட்டும் பசி அடங்கவில்லை. வீட்டுக்குப் போய்ச் சாப்பிட்டுவிட்டு மறுபடி வரலாம் என்று தீர்மானித்தான்.

சாலையோரமாக நடந்தபோது இணைச் சாலையில் தள்ளி இருந்த மண்டபத்தில் பெட்ரமாக்ஸ், தீப்பந்த வெளிச்சம் தயாரித்துக்கொண்டிருந்தார்கள். அபஸ்வர நாயனம், கொட்டு, எல்லாம் கேட்பதை உணர்ந்து வேடிக்கை பார்க்க அருகே சென்றான். பஞ்சு மிட்டாய், பலூன் வியாபாரிகள்கூட அந்த இடத்துக்கு வந்து விட்டார்கள். யாராலும் யாரையும் கட்டுப் படுத்த இயலவில்லை. பூசாரி ரொம்ப பிஸியாக இருந்தார். குளித்துவிட்டு, குடுமியில் நீர் சொட்டச் சொட்டப் பிரசாதத்தைப் பலருக்கு அள்ளி அள்ளிக் கொடுத்துக் கொண்டிருந்தார்.

போலீஸ் அதிகாரிகள் கூட்டத்தைக் கட்டுப்படுத்தும் சமயம் எஸ்.பி. செல்வகுமார் அவனிடம் வந்தார். ‘உங்க ப்ராப்ளம் ஸால்வ் ஆயிருக்கு மனோஜ். மரத்தைப் பிளந்தாச்சு.’

‘ஆமாங்க.’

‘என் தலைவலிதான் இன்னும் ஓயலை. அந்தப் பொண்ணு தொங்கினதாவது தற்கொலைன்னு சந்தேகமாச் சொல்லிரலாம். ஆனா, இந்த இரண்டாவது கரி மூட்டை பிணம்? உங்காளு ஷண்பேகர் கிடைக்கவே இல்லை?’

‘இறந்தவன் யாருன்னு இன்னும் கண்டுபிடிக்கலையா?’

‘அவன் பூசாரியோட கூட்டாளி. வாட்ச்மேன் உத்தியோகம் பார்த்தவன், நீங்கதான் அவனைக் காவலுக்கு எடுக்கறதாச் சொன்னாங்க.’

‘இருக்கலாம். காவலுக்கு வழக்கமா வர்றவனைக் கொஞ்ச நாளா காணும்.’

‘அவனையும் முனி அடிச்சிருக்குமா?’

‘மிஸ்டர் செல்வகுமார். நீங்க இதையெல்லாம் நம்பறீங்களா?’

‘சமீப காலத்தில் நடக்கிற விஷயங்களைப் பார்த்தா நம்ப வைக்குதுங்க. உங்க மனைவிக்கு எப்படி மண்டபத்தின் நடுவில் சிலை புதைஞ்சு இருக்கிறது தெரியும்?’

‘எப்படின்னு எனக்கு உடனே சொல்லத் தெரியலை...’

‘இந்த முனீஸ்வரன் பிஸினஸ்ல ஏதோ இருக்குதுங்க. உங்க மனைவி சுட்டிக்காட்டின பிற்பாடு பஸ்ஸு, டீக்கடை, வளையல் கடைன்னு கிராமத்தில் வியாபாரம், பணப்புழக்கம் எல்லாம் ஜாஸ்தி ஆயிருச்சுங்க. சட்டை போடாம உழுதுக்கிட்டு இருந்த வங்க, டி ஷர்டை மாட்டிக்கிட்டுத் திரியறாங்க.’

‘ஆச்சரியந்தாங்க.’

‘ஷண்பேகர் உங்களைக் காண்டாக்ட் பண்ணலைதானே!’

‘இல்லைங்க. நிச்சயமா.’

திரும்ப வந்தபோது ப்ரமிளா அறையில் இல்லை. டி.ஸி. வீட்டுக்குப் போய் விசாரித்தபோது அங்கேயும் இல்லை. ஒருவேளை முனீஸ்வரனுடன் ஐக்கியமாகிப் போய்விட்டாளோ என்று அச்சம் ஏற்பட்டது. அண்மைக் காலங்களில் அவள் நடந்து கொண்ட விதம் புரிபடவே இல்லை. எப்படி அவளுக்கு அந்தத் தமிழ்ப் பாட்டு எல்லாம் தெரிந்தது? எப்படி அவள் பேசும் தமிழே அத்தனை மாறிவிட்டது? ஹிஸ்டீரியா என்று சொல்வதா, இல்லை தெய்வீகமா? எவ்வளவு தூரம் அவள் சொல்லும் காரணங்களை நம்புவது? அந்த ஆவேசத்திலிருந்து விழித்து எழும்போது எதுவும் ஞாபகமில்லை என்கிறாளே! சுற்றுப் புறத்தில் நடப்பதைக் கவனிக்காத அந்த ஆவேசம் என்ன? இப்போது எங்கே போயிருக்கிறாளோ?'

மறுபடி அவளை இழக்கப் போகிறோம் என்கிற பயத்தை வயிற்றில் உணர்ந்தான்.

முனீஸ்வரன் மண்டபத்தருகில் எஸ்.பி. செல்வகுமார் சொன்ன படி நிறையக் கூட்டம் இருந்தது. தாற்காலிகமாகக் கடைகள் நிறைந்திருந்தன. ஒரு ஆசாமி முனீஸ்வர ஸ்தோத்ர மாலை என்ற புத்தகத்தைக்கூட அவசரமாக அச்சடித்து விற்றுக் கொண்டிருந் தான். மனோஜின் கண்கள் ப்ரமிளாவைத் தேடின. மண்டபத் துக்குச் செல்லும் பாதை மணல் மூட்டைகள் வைத்துத் தண்ணீரில் நனையாமல் சௌகரியம் பண்ணப்பட்டிருந்தது. பூசாரி ரொம்ப பிஸியாக இருந்தார். இன்ஸ்பெக்டர் ஷண்முகம் இருந்தார்.

'என்னங்க! இனிமே உங்க சைட்டுப் பக்கம் யாரும் வர மாட்டாங்க.'

'ஷண்முகம், என் மனைவியைப் பார்த்தீங்களா?'

'வீட்டில் இல்லை?'

'இல்லை.'

'இங்கே வரலைங்க. காலையிலிருந்து இங்கதான் இருக்கிறேன்.'

இப்போதே பயம் அதிகமாகியிருந்தது. வாடகை சைக்கிள் எடுத்துக்கொண்டு மறுபடி டி.ஸி. வீட்டுக்குச் சென்றபோது உஜாகர் சிங் லாரியில் செல்வதைக் கவனித்தான். மற்ற சிங்கைக் காணவில்லை. ஒரு நிமிஷம் சாயங்கால மயக்கத்தில் உஜாகர்

144

சிங்கின் பக்கத்தில் ஒரு பெண் உருவம் தெரிவதுபோல இருந்தது. சட்டென்று பார்த்தால் ப்ரமிளாபோல இருந்தாள்.

ப்ரமிளாவா? உஜாகர் சிங் பக்கத்திலா? அதுவும் லாரியிலா? என்று யோசிப்பதற்குள் லாரி செடுப்பாக்கம் நெடுஞ்சாலையில் சென்று மறைந்தது. மனோஜ் இலக்கில்லாமல் அது சென்ற திசையில் சைக்கிளை மிதித்தான்.

மறுபடி சைட்டை அணுகியபோது மரம் இல்லாதது வெறிச் சோடி இருந்தது. கட்டட உச்சியில் சாட்டிலைட் ஆண்டெனா பெரிசாக வீற்றிருக்க, அருகே அது குட்டி போட்டாற்போல வி-சாட் கிண்ணி. லாரி சாலையில் நின்றுகொண்டிருந்தது.

உஜாகர் சிங்கும் அந்தப் பெண்ணும் உள்ளே செல்ல, நிச்சயம் அந்தப் பின்பக்கம் பரிச்சயமாகத்தான் இருந்தது. ப்ரமிளா எப்படி சர்தார்ஜியுடன்? ஒரு வேளை அவன் அவளை ஏதாவது பொய் சொல்லி அழைத்து வந்திருக்கிறானோ? ஐயோ! சைக்கிளைக் கிடத்திவிட்டு வேகமாக அவன் ஒற்றையடி பாதையைக் கடந்து வாசலை அணுகினான்.

அணுக அணுகப் பேச்சுக் குரல் தெளிவானது.

ப்ரமிளாவின் குரல்தான்.

21

முதலில் அதை நம்ப முடியவில்லை. உஜாகர் சிங்குக்கும் ப்ரமிளாவுக்கும் என்ன சம்பந்தம் என்பது புரியவில்லை. மெல்ல அணுகியபோது ப்ரமிளாவின் குரல் இப்போது தெளிவாகக் கேட்டது. சிங்குடன் சைட்டருகே அவர்கள் நின்றுகொண்டு பேசிக்கொண்டிருந்தது தெரிந்தது.

'ப்ரமிளா' என்று அழைத்தான். அவள் திடுக்கிட்டுத் திரும்பினாள்.

'அவன் கூட என்ன பேச்சு? க்யா பாய் உஜாகர் சிங்? இதர் க்யா கர் ரஹா ஹை?'

உஜாகர் சிங், 'குச் நஹி ஸாப்' என்று சொல்லிவிட்டு லாரியில் ஏறிக்கொண்டு ப்ரமிளாவைப் பார்த்து, 'அப்புறம் சந்திக்கலாம்' என்பதுபோல் சைகை செய்தான்.

ப்ரமிளாவின் பதில் நடத்தை வினோதமாக இருந்தது. காற்றில் சைபர் வடிவில் எழுதிவிட்டு அவனுக்கு டாட்டா காட்டினாள்.

'லாரி டிரைவர் கூட எல்லாம் என்ன சினேகிதம் உனக்கு?' என்றான்.

'உஜாகர் சிங் நல்லவன் மனோ.'

'லாரில அவன் பக்கத்தில் உக்காந்துண்டு வரது தப்பு ப்ரமிளா. அதுவும் இப்ப கிராமத்தில உன்னை தெய்வம் மாதிரி மதிக்கிறா.'

'லிப்ட் கொடுக்கறேன்னான்.'

'சரிதான். உங்கப்பா நாளைக்கு வரார். அவர் வந்தா, கூடப் போறதானே?'

'ஆமாம்.'

'இனிமே சாமி பூதம் எதும் வராதில்லை? ஆவேசம், குறி, முனீஸ்வரன்?'

'எப்படிச் சொல்ல முடியும்? முனீஸ்வரன் என்ன தீர்மானிக் கிறாரோ?'

'ஏன் இப்படி ஹிஸ்டரிக்கலா நடந்துண்டே? என்ன ஆச்சு உனக்கு?'

'ஞாபகம் இல்லை மனோஜ்.'

'உங்கப்பா கேட்டா நம்ப மாட்டார். பம்பாய்ல பிறந்து வளர்ந்து, தமிழ் ஒரு அட்சரம் படிக்காம வீட்டில மட்டும் பேசின பொண்ணு எப்படி அத்தனை பளபளன்னு தமிழ் பாட்டெல்லாம் படிக்க முடிஞ்சது? அந்த ஆச்சரியம்தான் தீரலை ப்ரமிளா!'

ப்ரமிளா ஆர்வத்துடன், 'அப்படியெல்லாம் படிச்சனா என்ன?'

'ஆமாம். அப்புறம் நேரா மண்டபத்தில சிலை இருக்கிறதைச் சொன்னதும் நீதான். ப்ரமிளா! எப்படி அதெல்லாம் உனக்குத் தெரிஞ்சது? சொல்லேன் ப்ளீஸ்?'

'எப்படின்னு நீ கண்டுபிடிச்சு சொல்லேன்... என்னைப் பொருத்த வரையில என்ன நடந்ததுனே ஞாபகம் இல்லை. எல்லாம் வேகா இருக்குது.'

'ப்ரமிளா, ப்ரமிளா, உன்னை என்னன்னு சொல்வேன்?'

'என்னன்னு?'

'ஏமாத்துக்காரியா, அறியாதவளா, பாசாங்குக்காரியா, தெய்வமா? நீ என்ன?'

'நான் உன் மனைவி' என்று அவன் கழுத்தைக் கட்டி முத்தம் கொடுத்தாள்.'

கற்பூர வாசனை அவள் மூச்சில் தெரிந்தது. விலகிக்கொண்டான். 'பயமா இருக்கும்மா. எங்கயாவது ரத்தத்தை கித்தத்தை உறிஞ்சுடப் போறே!'

சைட்டுக்குள் சென்று இன்ஸ்டலேஷன் வேலைகளில் ஈடுபட்ட போது ப்ரமிளா அமைதியாக கள்ளிப்பெட்டிமேல் உட்கார்ந்து புத்தகம் படித்துக்கொண்டிருந்தாள். கொஞ்ச நாள் முன் இவள் செய்த அட்டகாசத்துக்குச் சற்றும் பொருத்தமில்லாமல் மிக மிக அறியாப் பேதைப் பெண்ணாகத் தோன்றினாள். அவ்வப்போது சிரித்துக்கொண்டாள். புத்தகத்தில் ஏதோ ஹாஸ்யம் போலும்.

முனீஸ்வரன் மரம் முழுக்க வெட்டப்பட்டு இப்போது தரை சமனமாக இருந்தது. சிஸ்டம் வேல்யு, நாய்ஸ் ஃபிகர் எல்லாவற்றையும் அளவிட ஆயத்தமானான். உஜாகர் சிங்கும் கர்த்தார் சிங்கும் ஒருமுறை வந்து அவர்கள் வேலை முடிந்து விட்டதால் காலையில் கிரேனை எடுத்துக்கொண்டு போக அனுமதி கேட்டார்கள்.

டி.ஸி.யும் எஸ்.பி.யும் புதிய கோயிலில் தாங்க முடியாத கூட்டம் வந்துவிட்டதைக் கட்டுப்படுத்தப் போயிருந்தார்கள். அப்போது நடேச பண்டிதர் அவனை வந்து பார்த்தார்.

'என்னங்க, உங்க வேலையெல்லாம் நடக்குதுங்களா?'

'நடக்குது பண்டிதரே.'

'இனிமே மரத்தின் தொந்தரவு இல்லைதானே?'

'இல்லைங்க.'

'எம் பேருதான் ரிப்பேராயிருச்சுங்க, அந்தப் பெண்ணால! அப்புறம் எங்க வீட்டு கரி மண்டி செட்டில கொண்டுபோட்டான் பாருங்க அந்த பாடியை அதனால!'

'ஆமாங்க!'

'அந்தாளு உங்ககிட்ட வேலை பார்த்தானே வாச்சுமேன், அவன்தான்னு தீர்மானமாக் கண்டுபிடிச்சுட்டாங்க.'

'ஆமாங்க.'

'எல்லாம் இந்த இன்ஸ்பெக்டர் ஷண்முகம் செய்த மோசடிங்க!'

'என்னது?'

ப்ரமிளா இருப்பதைப் பார்த்து, 'தாயே, அய்யா கூட கொஞ்சம் தனியாப் பேசலாமுங்களா?'

'இருக்கட்டும் பரவால்லை' என்றான்.

பூசாரி இங்குமங்கும் பார்த்து, 'ஷண்முகம் இருக்காரு பாருங்க. அவர்தான் செல்வியைக் கொன்னதுங்க!'

'எப்படிச் சொல்றீங்க?'

'இந்தாளு பாடி கிடைச்சப்புறம்தான் ரெண்டையும் முடிச்சுப் போட முடிஞ்சதுங்க. நடேச பண்டிதர் வீட்டில் தோண்டவும்னு கடிதம் வந்திருச்சு, பாருங்க.'

'ஆமாம்.'

அது யாரு எளுதினதுன்னு தெரியலைங்க. ஆனா யாரோ எங்க வீட்ல இந்த பாடியைக் கொண்டு வர்றதைப் பாத்திருக்கணும். அவன்தான் கடுதாசி எழுதியிருக்கணும். போலீசுக்குப் பயந்து அனாமத்தாக் கடுதாசி எழுதியிருக்கணும்.'

'இருக்கலாம். பூசாரி... எல்லாரும் ஒரே குட்டை மட்டைங்க.'

'பூசாரிக்கு முனீஸ்வரன் மரத்தில நல்ல வருமானம். அதனாலத் தான் மரத்தை வெட்டக்கூடாதுன்னு பொரளி பண்ணியிருக் காங்க. மரத்தைச் சுற்றி ரெண்டு பேரும் சேர்ந்து ஒரு வியாபாரம் பண்ணிக்கிட்டு இருந்தாங்க.'

'யாரு?'

'ஷண்முகமும் பூசாரியும். ராத்திரி எட்டு மணியானா கஞ்சா பொட்டலம் விப்பானுங்க. இந்தப் பக்கத்தில காட்டில என்ன என்னவோ நடக்குதுங்க. யார் யாரோ வந்து போறாங்க. சந்தனம் கடத்தறாங்க. போதை சமாசாரம் எல்லாம் நடக்குது. எல்லாத் துக்கும் ஷண்முகம் உடந்தையா இருந்திருக்கணும். செல்வி இரண்டுமுறை எங்கிட்டச் சொல்லியிருக்கு, இன்ஸ்பெக்டரும் பூசாரியும் ரொம்பத் தொந்தரவு பண்றாங்கன்னு. அன்னிக்கு என்ன ஆச்சு, சொல்லட்டுங்களா?'

'என்னிக்கு?'

'அதாங்க சினிமா போன அன்னைக்கு. செல்வியை ஒங்க நண்பர் மராட்டிக்காரரு கூட்டிக்கிட்டுப் போயிருக்காரு. அவருக்கும் அவ மேல ஒரு கண்ணாயிருக்கணும். ஆனா பாவம் அவரு அந்தப் பெண்ணைக் கொல்லலைங்க...'

'பின்ன யாருங்க?'

'பூசாரி அந்தப் பக்கம் போயிருக்கான் போலருக்குது. ஷண் முகமும் போயிருக்காங்க. போனதை நம்ம டீக்கடைக்காரன் பார்த்திருக்கான்... இன்ஸ்பெக்டருக்குப் பயந்துகிட்டுச் சொல்ல லைங்க. ஆனா இப்பத்தான் கொஞ்சம் கொஞ்சமா அரசல் புரசலா கிராமத்தில் வெளிய வருது...

'இன்ஸ்பெக்டரும் பூசாரியும் செல்வியைத் தொடர்ந்து போயிருக்காங்க. அந்தப் பெண்ணு சைட்டுக்குப் போயி, உங்க ஆளுகூட இருந்திருக்கு. வெளியே வரப்ப, இவங்க ரெண்டு பேரும் மறிச்சிருக்காங்க. என்ன ஆச்சோ தெரியலை. பலாத் காரம் பண்றப்பவோ எசகு பிசகா ஏதோ ஆயிருக்குது. அந்தப் பொண்ணு போயிட்டா. தற்கொலைன்னு நிரூபிக்கறதுக்கு, காட்டறதுக்கு - அவளை மரத்தில தொங்கவிட்டிருக்காங்க ரெண்டு பேரும்.

'அதை உங்க வாட்ச்மேன் பார்த்திருக்கான். அதனால வாட்ச் மேனையும் தீர்த்திருக்காங்க. பண்டிதர் வீட்ல கொண்டு போட்டுட்டாங்க.'

'உங்களுக்கு இதெல்லாம் எப்படித் தெரியும்?'

'சொன்னேனே....'

'எல்லாத்தையும் டீக்கடைக்காரன் பார்த்திருக்காங்க. பயந்துட்டு பேசாம யார்ட்டயும் சொல்லாம இருந்திருக்கான். ஒங்க ப்ரண்டுதான் பாவம், பயந்து போய் தலைமறைவாயிட்டாருங்க. அவரு ஏதும் செய்யலை. எல்லாம் அந்த பாளும் பொம்பளை செல்வியாலதான். சின்ன வயசிலிருந்தே நடத்தை சரியில்லாம எத்தனை பேருக்கு பாயலாக் காட்டிச்சு! முனீஸ்வரன் சரியான தண்டனை கொடுத்துட்டாரு.'

'இப்ப என்னங்கறீங்க? போலீஸ் இன்ஸ்பெக்டர்...'

'ஷண்முகமோ அல்லது பூசாரியோதான் இந்தக் காரியங்களைச் செய்திருக்காங்க. உங்க நண்பர் ஏதும் அறியாதவர். அப்பாவி. அவர் எங்கருக்கார்னே தெரியலைங்க...'

'எங்க இருந்தாலும் போலீஸ் இன்னும் தேடிக்கிட்டுத்தான் இருக்குது.'

'ஏதோ உங்க மிசின் வைக்கிற விவகாரம் தீர்ந்துபோச்சுங்க. எத்தனை நாளைக்கு வேலை இருக்குது பாக்கிக்கு?'

'இன்னும் இரண்டு வாரத்தில முடிச்சுருவேன்.'

'உங்களை எதுக்குப் பார்க்க வந்தன்னா மச்சான் ஒருத்தன் ஏழாவது பாஸ் பண்ணிட்டு செடுப்பாக்கத்தில் இருக்குறான். அவனுக்கு வாட்ச்மேன் வேலை போட்டுக் கொடுத்தீங் கன்னா...'

'பார்ப்போம். வாசுதேவன்னு ஒருத்தர் வருவாரு, அவர்கிட்ட சொன்னா நடக்கும்.'

'அய்யாதான் சொல்லணும்னாங்க...'

'இப்ப என்ன, கிராமத்துக்குப் பெரிய செல்வாக்கு வந்திருச்சு. முனீஸ்வரன் இடப் பெயர்ச்சி ஆயிட்டாரு மண்டபத்தில்...'

'ஏன் கேக்கறீங்க! மண்டபத்துல கோலாகலமா இருக்குதுங்க. குடை ராட்டினம் என்ன, பட்டாணிக் கடலை என்னன்னு, தினம் திருவிளா மாதிரி சாரி சாரியா ஜனம் அம்முது. எல்லாம் இந்த அம்மாதான் காரணம். இவங்க மேல சாமி வந்து அடையாளம் காட்டலைன்னா...'

'அதனால உங்க மச்சினருக்குக் கோயில் பக்கத்துல ஏதாவது கடை போட்டுக் கொடுத்துருங்களேன்.'

'அதுவும் செய்யலாம். எதுக்கும் வாட்ச்மேன் வேலைன்னா கவர்மெண்டு பாருங்க. அதனால் கேட்டேன்.'

ப்ரமிளா அனைத்தையும் கவனிக்காமல் புத்தகம் படித்துக் கொண்டிருந்தாள். மாலை மங்கும்வரை வேலை முடியக் காத்திருந்தாள். கோயிலின் அருகில் கொட்டு மேளம் கேட்க,

இருட்டின் விளிம்பில் மஞ்சளாக லாரி வந்து நின்றது. அதிலிருந்து கர்த்தார் சிங் இறங்கி வந்தான்.

'ஸாப் மே ஜா ரஹா ஹூம்.'

'உஜாகர் சிங் எங்கே?'

'உஜாகர்' என்று அழைக்க அப்போதுதான் அவன் சீட் அருகிலேயே இருப்பதைக் கவனித்தான். யார் இது? உஜாகர் இல்லையே! என்று வியந்து முடிப்பதற்குள், 'மனோஜ், மை ஃப்ரெண்ட்' என்று குதித்து இறங்கினது ஷண்பேகர்!

22

'ஷண்' என்றான் மிகுந்த வியப்புடன். மனோஜுக்கு சந்தோஷம் பீறிட, அதே சமயம் கொஞ்சம் பயமும் ஏற்பட்டது. சுற்றிலும் பார்த்துக்கொண்டான். 'எங்கே வந்தே?' இதுநாள்வரை எங்கே இருந்தே?'

'சில நாள் பம்பாய் போய் வந்தப்புறம் பெரும்பாலும் இங்கதான் இருந்தேன்?'

'இங்கதான்னா...'

'இதே இடத்தில, இதே வள்ளிக்குப்பம் கிராமத்தில.'

'யு மஸ்ட் பி ஜோக்கிங்' என்றான்.

'இல்லை' என்று தன் தலையில் தலைப்பாகையைச் சுற்றிக் கொண்டு, 'இப்போ புரிகிறதா!' என்றான் ஷண்பேகர்.

'உஜாகர் சிங்.'

'இதுநாள்வரை உலவிய இரண்டு சர்தார்ஜிகளில் ஒருத்தன் ஷண்பேகர்! எப்படிக் கவனிக்காமல் விட்டோம். அவன் பேசவே இல்லை, அதனால்தான்.

'ஆம். பம்பாயிலிருந்து வந்தது கர்த்தார் சிங் ஒருத்தன்தான். நான் தான் அண்மைக் காலத்து சிங். துப்பறிய இந்த வேஷம் ஒத் துழைத்தது.'

'ஷண், புரியவே இல்லை. என்ன ஆச்சு அன்றைக்கு? போலீஸ் உன்னை அரஸ்ட் பண்ணபோது, நீ தப்பி ஓடினதிலிருந்து சொல்...'

‘ஓடிப்போய் இரண்டு நாள் தலைமறைவாக இருந்தேன். பம்பாய் போனேன். திரும்பி வந்தேன். போலீஸ் சுற்றுப்புற கிராமங்களில் அனைத்திலும் வலை வீசித் தேடினபோது, நான் இங்கேயே வள்ளிக்குப்பத்துக்கும் செடுப்பாக்கத்துக்கும் ஷட்டில் அடித்துக் கொண்டிருந்தேன் லாரியில்.’

‘எதற்காக?’

‘செல்வியைக் கொன்றது யார் என்று கண்டுபிடிப்பதற்காக, அந்த வேஷம் தேவைப்பட்டது.’

‘கொன்றது யார்?’

‘ஷண்முகமும் பூசாரியும்தான் செய்திருக்கிறார்கள். அதை வாட்ச் மேன் பார்த்திருக்கிறான். அவனையும் கொன்றிருக்கிறார்கள்.’

‘அப்படியெனில் நடேச பண்டிதர் சொன்னதெல்லாம்...’

‘நிஜம்தான். டீக்கடைக்காரப் பையன் இதைப் பார்த்ததற்குச் சாட்சியாக இருக்கிறான். ஆனால் போலீசுக்குப் பயந்துகொண்டு வெளியே சொல்லாமல் இருந்திருக்கிறான்.’

‘எதற்காகக் கொன்றார்கள்?’

‘இரண்டு பேரும் செல்வியை அன்றைக்குப் பயன்படுத்தியிருக் கிறார்கள்.’

‘நீயும்தான்.’

‘நான் சம்மதத்துடன். அவர்கள் சம்மதமில்லாமல். அவள் திமிறும்போது பிசகாக அடிபட்டுவிட்டது. அவர்கள் பயந்து போய் முனீஸ்வரன் தண்டனை என்று மரத்தில் தூக்கில் தொங்க விட்டு விட்டார்கள். அதைப் பார்த்த வாட்ச்மேனையும் தீர்த்துக் கட்டி, ஜீப்பில் போட்டு, நடேச பண்டிதரின் வீட்டுப் பின்கட்டில் புதராக இருக்கும் இடத்தில் புதைக்க ஏற்பாடு செய்திருக்கிறார் கள். அதை டீக்கடைக்காரன் பார்த்திருக்கிறான்.’

‘இதெல்லாம் பாஷை தெரியாமல் எப்படிக் கண்டுபிடித்தாய்?’

‘எனக்கு ஒரு அஸிஸ்டெண்ட் கருப்பாயி. ஒரு சின்னப் பையனை ஒத்தாசைக்கு வைத்துக்கொண்டேன்.’

'இதையெல்லாம் எப்படி நிரூபிக்கப் போகிறாய்? நேரடி சாட்சி யாருமே இல்லையே?'

'கலெக்டருக்கும் டி.எஸ்.பி.க்கும் பெட்டிஷன் எழுதிப் போட்டிருக்கிறேன். புலன் விசாரிக்க ஸி.பி.ஐ. வரப் போகிறது. அதுவரைக்கும் விஷயம் ரகசியமாக இருக்கட்டும்.'

'இப்போது ஷண்முகம் வந்தால் உன்னைக் கைது செய்வாரே ஷண். மறுபடி தலைமறைவாகி சிங் வேஷம் போட்டு விடு.'

'தேவையில்லை.'

'என்ன, ஏன் தேவையில்லை?'

'ஷண்முகம், பூசாரி எல்லோரும் இப்போது என் நண்பர்கள். பூசாரிதானே பாட்டு எழுதிக் கொடுத்தது... என்ன ப்ரமிளா?'

'என்ன சொல்கிறாய்?'

'ஷண்பேகர் அதைக் கவனிக்காமல், 'என்ன ஆச்சு மரம்?' என்றான்.

'வெட்டியாகிவிட்டது.'

'வேலையைத் தொடரலாம் என்கிறாய்?'

'ஆம்.'

'எப்படி இது நிகழ்ந்தது?'

'ஏன் கேட்கிறாய்! நீ இல்லாதபோது இவள் பண்ண ரகளை. ஆவேசம் போல வந்து மண்டபத்தில் சாமி சிலை இருக்கும் இடத்தைச் சுட்டிக்காட்டி இப்போது முனீஸ்வரன் மரத்திலிருந்து மண்டபத்துக்கு இடம் பெயர்ந்துவிட்டார்.'

'தட்ஸ் சூப்பர்.'

'எல்லாமே விந்தையாக - எது தெய்வம், எது பொய் என்று எல்லாமே குழப்பமாக இருக்கிறது. இந்தப் பெண் மிக வினோதமாக நடந்துகொள்ள, தமிழில் என்ன என்னவோ பாட்டெல்லாம் சொன்னாள். ஆச்சரியம்.'

'அப்படியா? என்ன ப்ரமிளா?'

‘ஆம்’ என்று சிரித்தாள்.

‘என்ன ஆச்சு உனக்கு?’

‘எனக்கே தெரியாது ஷண்பேகர். என்னவோ கனவில் நடப்பது போலத்தான் உணர்ந்தேன். சரியாக ஞாபகமே இல்லை.’

‘அப்படியா?’

‘ஆனால் இவள் சொன்ன இடத்தில் சிலை புதைந்திருந்தது என்னவோ நிஜம்தான்.’

‘டோட்டு திரும்பி வந்துவிட்டது ஷண்.’

‘அப்படியா? டோட்டுவா?’

‘ஆமாம்!’

‘எதையும் விளக்கமாகப் பரிந்துகொள்ள முடியவில்லை. ரத்து செய்து விட்டேன். வேலை முடிந்து ஊருக்குப் புறப்பட்டால் போதும். ஷண், ஆர் யு ஷ்யூர்? இன்ஸ்பெக்டர் உன்னை ஒன்றும் செய்யமாட்டார்தானே?’

‘உத்தரவாதம், குற்றமுள்ள நெஞ்சு.’

‘எனக்குக் கவலையாக இருக்கிறது. சைட்டுக்கு யாரும் வரமாட்டார்கள். தலைமறைவாக இரேன்.’

‘தேவையில்லை.’

ராத்திரி புறப்பட்டு ஜீப்பில் திரும்பினார்கள்.

‘நம் நண்பரை முதலில் பார்க்கலாம்’ என்றான் ஷண்பேகர்.

முனீஸ்வரன் கோயில் களை கட்டி பஜனை, சந்தியாகால பூஜை நடந்துகொண்டிருக்க, பூசாரி ரத்தத் திட்டாகக் குங்குமம் அணிந்து, பக்தர்களுக்கு வெளிச்சம் காட்டிக்கொண்டிருக்க, ஓரத்தில் ஷண்முகம் ஜீப்பில் ரேடியோவில் பேசிக் கொண்டிருந்தார். ஷண் பேகர் அவரிடம் சென்று, ‘ஹலோ இன்ஸ்பெக்டர் ஷண்முகம்’ என்றான்.

அவர் நிமிர்ந்து, ‘அட நீங்களா, எப்ப வந்தீங்க? பம்பாய்ல எல்லாரும் சௌக்கியமா?’

'என் நண்பனுக்குப் பயம், என்னை நீங்க அரஸ்ட் பண்ணிடு வீங்களோன்னு.'

மனோஜ் தலையாட்ட, 'இல்லைங்க, இவர் பேர்ல இல்லைன்னு ப்ரூஃப் ஆயிருச்சுங்க.'

'பின்ன அந்தப் பொம்பளையைக் கொன்னது யாருங்க?'

'வாட்ச்மேன்தாங்க.'

'அப்படியா?'

'அன்னைக்கு இவரைப் பின்தொடர்ந்து வந்திருக்காங்க. வெளியே வரப்ப, வம்பு பண்ணப் போக, அந்தப் பொண்ணு திமிர, ஏதோ எக்குத் தப்பாப் பட்டிருக்கு. செத்துருச்சு. மரத்தில தொங்க விட்டுட்டாங்க.'

'அப்படீங்களா, அப்ப ஷண்பேகர் பேர்ல சந்தேகம் இல்லை?'

'முழுக்கவே சந்தேகம் கிடையாதுங்க. விசாரிச்சுறதுக்காகக் கூட்டிவந்தா, இவர்தான் பயந்துகிட்டு ஓடியே போயிட்டாரு! போகவும் சந்தேகம் வலுத்துருச்சுங்க.'

'அதானே!'

'உங்க வேலையெல்லாம் நடக்குதில்லை?'

'நடக்குது.'

'அம்மா சௌக்கியங்களா?'

'ம்' என்றாள் ப்ரமிளா.

'மறுபடியும் ஆவேசம் வந்துருச்சுங்களா?'

'இல்லை இதுவரை.'

'புண்ணியம் பண்ணவங்க. முனீஸ்வரன் அனுக்கிரகம் பெத்த வருங்க இந்தம்மா' என்றார் ஷண்முகம் பொதுவாக.

ப்ரமிளாவை வணங்க, ப்ரமிளா பின்வாங்க அவர் சென்றார்.

ப்ரமிளா, 'எனக்கு எல்லாமே சிரிப்பு வருது' என்றாள்.

டி.ஸி. வீட்டில் ஷண்பேகருக்குப் பெரிசாக வரவேற்பு கொடுக்கப்பட்டு, தீர்த்தவாரியும் சிக்கனுமாக இருந்தது. நித்யாதான் ப்ரமிளாவைத் தனியாக அழைத்துச் சென்று விட்டாள். மொட்டை மாடி டேப் ரெகார்டரில் சங்கீதம் போட்டு விட்டு ஷண்பேகர் பாட்டிலை உயர்த்தி 'டு ஸூப்பர்ஸ்டிஷன்' என்று மடக்கென்று குடித்தான்.

'சுபமான முடிவு. சாட்டிலைட் வைக்க அருள் புரிந்துவிட்டார் முனீஸ்வரன். நவீன விஞ்ஞானத்துக்கு நகர்ந்து கொடுத்து விட்டார். இடம் பெயர்ந்து விட்டார். இவர் அல்லவோ கடவுள்... சியர்ஸ்.'

'ப்ரமிளா இல்லாவிட்டால் இந்த முனீஸ்வரனை - புது இடத்தை - கண்டு பிடித்திருக்க முடியுமா?'

டோட்டு வாலை ஆட்டிக்கொண்டு வந்தது. டோட்டுவுக்குக்கூட நெற்றியில் குங்குமம். இதற்கு இன்னும் ஒரு வருஷத்தில் ஒரு புராணம் எழுதி விடுவார்கள். 'டோட்டு தேவன்! முனீஸ்வர தேவனின் வாகனம். முன் காலத்தில் ஒரு ரிஷி பத்தினியாக இருந்த டோட்டு, எப்போதும் முனீஸ்வரனையே நினைத்துக் கொண்டு ரிஷியைக் கவனிப்பதில் குறைவாக இருந்ததால் ஒருநாள் ரிஷி சாபம் கொடுத்து விட்டார். என்ன சாபம்? நீ அடுத்த ஜன்மத்தில் பாம்பாய், நாகமாய் பிறக்கக் கடவது?

அதற்கு அந்தப் பெண் சாப விமோசனம் எப்போது என்று கேட்க, வள்ளிக்குப்பம் கிராமத்தில் முனீஸ்வரன் நான் அவதரிக்கப் போகிறேன். அங்கே வந்து, என் கோயிலில் இரண்டு ஜன்மங்கள் கழித்தால் மறுபடி பத்தினியாவாய். அப்போது டோட்டுவைக் கொன்றால் உடனே ஆவியடித்து ரிஷி பத்தினி வடிவம் பெறும்.

'என்ன டோட்டு?'

வாலை ஆட்டியது. 'வாழ்க இந்தியா' என்றான்.

ப்ரமிளா மாடிக்கு வந்து அவர்களைச் சாப்பிட அழைத்தாள். அதன் பின் ஷண்பேகர் ப்ரமிளாவைப் புகழ ஆரம்பித்தான். 'உன் மனைவியைப் போல புத்திசாலியைப் பார்த்ததில்லை நான். எத்தனை சமர்த்து, எத்தனை ஒத்துழைப்பு.'

'என்ன சொல்கிறாய்!' என்றான் மனோஜ் வியப்புடன்.

158

'அது என்ன பாட்டு சொல்லு' என்றான் ஷண்பேகர்.

ப்ரமிளா வெட்கத்துடன் 'வேண்டாம்' என்றாள்.

'சொல்லித்தான் ஆகவேண்டும். என்ன சொல்லு...'

ப்ரமிளா மெல்ல, 'ஹரிஹர திரிபுராந்தக ஜீவாதாரா எங்கள் அம்பிகை யொருபாகா, ஜீவாதாரமாய் எள்ளுள் எண்ணெய் போலிருந்து நினைப்பவர்க்கருள் போகா' என்றாள்.

மனோஜ் புரியாமல் 'என்ன ப்ரமிளா, இதையேதான் அன்னைக்கும் சொன்ன?' என்றான்.

'பூசாரிதான் சொல்லிக் கொடுத்தான்' என்றாள்.

'ஷண், என்ன இதெல்லாம்? ப்ரமிளா, என்ன சொல்லு?'

'மரத்தை வெட்ட வேறு வழியே இல்லை. ஒரே வெட்டில் மரமும் வெட்டப்பட்டது. மனோஜ், மரத்தை உண்மையாகவே வெட்டினது யார் தெரியுமா? நான்தான்.'

மனோஜ், 'இட் ஜஸ்ட் டஸண்ட் மேக் சென்ஸ்' என்றான்.

ப்ரமிளா, 'ஸாரி மனோஜ். வெரி ஸாரி. என்னை மன்னிச்சேன்னு சொல்லியே ஆகணும்' என்றாள்.

'எதுக்கு?'

'உன்னை ஏமாத்தினதுக்கு.'

23

மனோஜ் ப்ரமிளாவை நிதானமாகப் பார்த்தான். இப்போது அவனுக்குக் கொஞ்சம் கொஞ்சமாக விஷயம் புரிவது போலத் தோன்றியது. அதனால் ஒரு விதமான ஏமாற்றமும் அசட்டுத்தனம் கலந்த ஆத்திரமும் உருவாகத் தொடங்கியது. 'என்னை ஏமாற்றினாயா?'

'ஆமாம். ரொம்ப ஸாரி. ரொம்ப ரொம்ப ஸாரி.'

ஷண்பேகர் கண்ணைக் காட்ட, அவள் சற்றே சதித்தனத்துடன், 'அப்புறம் தனியா இருக்கறப்பச் சொல்றேன்' என்றாள்.

'சொல்லு இப்பவே.'

'ஷண்பேகர் அவனருகில் வந்து 'மனோஜ், பிடிவாதம் பிடிக்காதே. எல்லாம் நன்மைக்குத்தான் செய்தது.'

'உனக்கும் இந்தச் சதியில் பங்கு உண்டா?'

'நான்தான் சதி பண்ணியதே. ப்ரமிளா நிறைவேற்றினாள்.'

அதற்குள் பலர் அவளை அழைத்துச் செல்ல, மனோஜும் ஷண்பேகரும் மொட்டை மாடியில் தனியாக இருந்தார்கள்.

'இப்போது எனக்கு ஒருவாறு புரிகிறது' என்றான் மனோஜ்.

'என்ன புரிகிறது?'

'எல்லாமே சதி. திட்டமிட்டுச் செய்யப்பட்டு விட்டது!'

'செல்வியின் மரணத்தை தவிர.'

'செல்வியின் மரணத்தைப் பயன்படுத்திக்கொண்டாய்.'

'ஆம். முதலில் எனக்குப் பயம், அப்புறம் குழப்பம் ஏற்பட்டது. அந்தப் பெண்ணுடன் கொஞ்சம் சிறு விஷமம் பண்ணப் போய், தெரியாத்தனமாய் மாட்டிக்கொண்டு விட்டோமே என்று. அவள் அன்று சினிமாக் கொட்டகையிலிருந்து சைட்டுக்கு வந்து என்னிடம் இருந்துவிட்டு வெளியே போனபோது, ஷண்முகமும் பூசாரியும் தப்பான எண்ணத்துடன் தொடர்ந்திருக்கிறார்கள். அது முதலில் எனக்குத் தெரியாது. செல்வி மரத்தில் தொங்குகிறாள் என்று தெரிந்ததும் வெல வெலத்து விட்டது. போலீஸ் என்மேல் சந்தேகப்பட்டு அரஸ்ட் பண்ண வரவே, டெஸ்பரேட் ஆகி தப் பித்து ஓடிவிட்டேன். முதலில் கிராமத்தில் வயல் வரப்பு களிடையே திரிந்தேன். லாரியில் லிப்ட் வாங்கிக்கொண்டு சென்னை வந்தேன். மோதிரத்தை விற்று பம்பாய் போனேன். கொஞ்ச நாள் விட்டு, மறுபடி கிராமத்துக்குள் வேறு வேஷத்தில் நுழைந்து, செல்வியைக் கொன்றது யார் என்று கண்டுபிடித்தே ஆகவேண்டும் என்கிற உத்தேசத்தில் இருந்தபோதுதான் கர்த்தார் சிங் சைட்டுக்கு வருவதாக இருந்தது. அவனுடன் உஜாகர் சிங்காக வந்தேன். கருப்பாயி, டீக்கடைக்காரப் பையன் மூலம் மெல்ல மெல்ல உண்மை தெளிவாகியது.

'இன்ஸ்பெக்டர் ஷண்முகமும் பூசாரியும் இதில் சம்பந்தப் பட்டிருப்பது தெரிந்து, பூசாரியை நேரில் பார்த்தேன். அவனிடம், 'நீ செய்த குற்றம் வெளியே தெரியாமல் தப்பிக்க ஒரே வழிதான் இருக்கிறது. நான் சொன்னதுக்குச் சம்மதிக்க வேண்டும்' என்றேன். அதற்கு வழி சொன்னான்.

''கிராமத்தில் யாருக்காவது ஆவேசம் வந்து அதற்குமுன் ஒரு தெய்வச் செயல் நடந்துபோய், ஆவேசம் வந்து, முனீஸ்வரன் சிலை புதைந்திருப்பது கண்டுபிடித்தால்தான் இடம் மாற்ற முடியும்' என்றான்.

'அதற்காக ப்ரமிளாவை மூன்று தினம் நீ சைட்டுக்குப் போயிருக் கும்போது சந்தித்தேன். அவளுக்குச் சொல்லிக்கொடுத்தேன். ரொம்ப அழகாகவே செய்தாள். அவளுக்கு நல்ல படிப்புத் திறமை இருக்கிறது. பூசாரி சொல்லிக் கொடுத்த பாடங்களை மனப்பாடம் பண்ணி...'

161

மொட்டை மாடியிலிருந்து நித்யா, டி.ஸி., எஸ்.பி. மற்ற பிறருடன் பேசிக்கொண்டிருந்த ப்ரமிளாவை இருவரும் பார்த்தார்கள். உன் மனைவி முட்டாளல்ல. தியேட்டர் அனுபவம் இருக்கிறது. அவளுக்குச் சொல்லிக்கொடுத்ததை வரி பிசகாமல் செய்தாள்.

'மண்டபத்தில் சிலை!'

'முன்னாலேயே திட்டமிட்டுப் புதைத்த சிலை. சென்னையில் வாங்கினேன், பூம்புகாரில்.'

'மை காட்' என்றான் மனோஜ்.

'இல்லையெனில் மரத்தை வெட்டியிருக்க முடியாது. இப்போது மரமும் வெட்டப்பட்டது. சாட்டிலைட்டும் வைக்கப்பட்டது, முனீஸ்வரனும் புதிய இடத்தில் உபத்திரவமில்லாத தூரத்தில் பக்த தரிசனம் கொடுத்துக்கொண்டிருக்கிறார். தட்ஸ் இட். எல்லாருக்கும் சந்தோஷம்.'

'ஆனால், அந்த செல்வியைக் கொன்றவர்கள் தண்டனை இல்லாமல் தப்பிக்கிறார்களே?'

'இல்லை. நான் இதைப் பற்றி ஒரு புகார் எழுதி, ஸிபிஐக்கு அனுப்பியுள்ளேன். அவர்கள் பதிலும் கொடுத்திருக்கிறார்கள்.'

ஷண்பேகர் டெலக்ஸ் செய்தியைப் பையிலிருந்து எடுத்துக் காட்டினான்.

'உங்கள் புகார்க் கடிதம் கிடைத்தது. டிப்பார்ட்மெண்ட்டைச் சேர்ந்த ஓர் அதிகாரி வெள்ளிக்கிழமை பத்தொன்பதாம் தேதி வள்ளிக்குப்பம் கிராமத்துக்கு வருகிறார். அப்போது ஆரம்ப விசாரிப்புக்கான தகவல்களைத் தரவும்.'

'என்ன ஆகும்?'

'சட்டம் தீர்மானிக்கட்டும். நம்மைப் பொருத்தவரை சாட்டிலைட் வைத்துவிட்டோம். மரத்தை அகற்றிவிட்டோம்.'

'இருந்தாலும் என்னையும் சேர்த்து ஏமாற்றி விட்டாயே, அது தான் பொறுக்கவில்லை.'

'நீ இதற்குச் சம்மதிப்பாயோ என்று சந்தேகமாக இருந்தது. மேலும் ப்ரமிளாதான் உன்னிடம் சொல்லவேண்டாம் என்று கேட்டுக்கொண்டாள்.'

'ராட்சசி!'

ராத்திரி அறையில் அவன் மௌனமாகப் படுத்துக்கொண்டிருந்த போது ப்ரமிளா அவன் முதுகைத் தொட்டாள், 'கோபமா?'

'ஆமாம்.'

'எல்லாம் நல்லபடியா நடக்கலையா?'

'எங்கிட்ட சொல்லியிருக்கலாம் இல்லை?'

'ஆமாம். சொல்லாதது தப்புத்தான்.'

'எதுக்காக என்னையும் சேர்த்து ஏமாற்றினே?'

ப்ரமிளா அவனை நேராகப் பார்த்து, 'எனக்கென்னவோ அப்படி செய்தா ஒரு விதத்தில் என் திறமையை உங்களுக்கு நிரூபிச்சுக் காட்ட ஒரு சந்தர்ப்பம்னு தோணித்து. நான் நினைக்கறது தப்பா இருக்கலாம். ஆனா மனோஜ், கல்யாணம் ஆனதிலிருந்தே என்னைப் பற்றி உனக்குத் தாழ்வான அபிப்பிராயம். இது ஒரு முட்டாள்; சினிமா பத்திரிகையைத் தவிர எதுவுமே பிடிக்காது; இது ஒரு பூச்சின்னு அபிப்பிராயம்... அப்படித்தான் உன் பேச்சிலிருந்து தெரிஞ்சுது.'

'சேச்சே! அப்படி நான் நினைக்கவே இல்லை.'

'என் கண்ணைப் பார்த்துச் சொல்லு. அப்படி நினைக்கவே இல்லைன்னு...'

சில செகண்டுகளுக்கு அவள் கண்ணை நேராகப் பார்த்தான். முதலில் கடுமையாக இருந்த முகம், இறுகல் விலகி, புன்னகை யாக சிரிப்பாக மாற...

'தட்ஸ் ட்ரூ. பைத்தியம்னுதான் நினைச்சேன் உன்னை.'

'பேமலியே நட்டுன்னு அடிக்கடி சொல்லிக்கிட்டு இருந்தே!'

'இப்ப நான்தான் நட்டு... என்னை எல்லாரும் ஏமாற்றிட்டீங்க.'

‘எல்லாம் நல்லதுக்குத்தான்.’

‘என்ன நல்லது!’

‘இதான்!’ என்று அவன் உதட்டில் ஒரு முத்தம் பதித்தாள்.

‘கிராம்பு வாசனை’ என்றான்.

‘நித்யாதான் கொடுத்தா, பிரசாதம்.’

அவளை இறுக்க அணைத்துக்கொள்ளும்போது, ‘ஜாக்கிரதை’ என்றாள்.

‘ஏன்?’

‘பாப்பா.’

வெள்ளிக்கிழமை ஏதோ விசாகம் என்று முனீஸ்வரன் கோயிலில் அபிஷேகம் என்று, காலையிலிருந்து ஜனங்கள் கூடிக் கொண்டிருந்தார்கள். ஷண்பேகரும் மனோஜூம் சைட்டுக்குப் போயிருந்தார்கள். முதன் முதல் டம்மி லோடிலிருந்து ஆண்டெனாவுக்கு பவர் கொடுத்து டெஸ்ட் ட்ரான்ஸ்மிஷன் செய்தார்கள். ஆண்டெனா பாட்டர்ன் எல்லாம் சரியாக இருந்தது. சிஸ்டம் வால்யுவும் நாய்ஸ் ஃபிகரும் எல்லாம் சரியாக இருக்க, சுமார் ஒன்பதாயிரம் சானல்களை ஒன்றுசேர்த்து, டெலிவிஷன் திரையில் கிரிக்கெட் தெரிந்தது. ஷண்பேகரும் மனோஜூம் கை குலுக்கிக்கொண்டார்கள். ஷண்பேகர் கருப்பாயியின் தோளில் கை போட்டுக்கொண்டு பியர் குடித்தான். டீக்கடைக்காரப் பையன் மானிட்டரைக் கண் கொட்டாமல் பார்த்துக்கொண்டிருக்க, ஷண்பேகர், ‘கருப்பாயி, ரிடர்ன் கீ’ என்றான்.

கருப்பாயி அதன் கணினியின் விசைப்பலகையில் மெதுவாக ரிடர்ன் கீயைத் தட்ட, மெனு வந்தது.

‘அதுக்குப் பேரு என்ன கருப்பாயி?’ என்றான் மனோஜ்.

‘மெனுங்க. அதில ஸிஸ்டம் பூட் பியைத் தொட்டா போதும்னு சொல்லிக் கொடுத்திருக்காருங்க.’

‘மை காட்! ஷண், யு ஆர் இம்பாஸிபிள்.’

‘அடுத்து டீக்கடைக்காரப் பையனுக்கு ட்ரெய்னிங்.’

'முதல்ல அவனுக்கு ஒரு நல்ல சட்டை' என்றான் மனோஜ்.

ஷண்பேகர் பியரைக் குடித்துவிட்டு சிகரெட் பற்றவைத்துக்
கொண்டு, 'இந்தப் பாரத நாடு என்ன ஒரு ஆச்சரியம் பாரு!
கருப்பாயி, முருகன் போன்ற கரிய கண்களுடைய நம் சிறுவர்,
சிறுமியர்களிடம் இத்தனை திறமை இருக்கு. அவர்களை ஆடு,
மாடு மேய்க்க அனுப்புகிறோம். உலகத்திலேயே மிக நவீனமாக
சாட்டிலைட் எர்த் ஸ்டேஷன் பக்கத்தில் மூடநம்பிக்கையின்
முட்டாள்தனத்தையும் பொட்டலம் கட்டி விற்கிறோம். ஒருபுறம்
சோற்றுக்கில்லா ஏழ்மை. மற்றொரு இடத்தில் அதீத செல்வச்
சிறப்பின் தீவுகள். எனக்குப் புரியவே இல்லை.'

ப்ரமிளா, 'ஷண் நான் ஒரு கவிதை படிச்சேன் சமீபத்தில்...'

'என்ன?'

'கிராமத்தில்கூட கம்ப்யூட்டர் வந்துவிட்டது.'
சந்தோஷம்.
ஏழைகளின் எண்ணிக்கையைத் துல்லியமாகக் கணக்கிட
முடிகிறது.
கிராமத்தில் கூட கலர் டிவி வந்துவிட்டது.
சந்தோஷம்.
டில்லியில் சிந்தும் ரத்தம் நெல்லையில் தெரிகிறது.'

மனோஜ், ஷண்பேகருக்கு மொழி பெயர்த்துச் சொன்னான்.

'சபாஷ்! மனோஜ் நௌ யு நோ யுவர் வைஃப்.'

'ஆமாம். ஒரு விஷயம் கேட்க மறந்துவிட்டேன். டோட்டு
எப்படி உயிரோடு வந்தது?'

'கமான் மனோஜ், யு ஆர் நாட் தட் ஸ்டுபிட்?'

'பம்பாய் போய் திரும்பி வரப்ப வேற நாய் கொண்டு வந்தியா?'

'ஆமாம். டோட்டுவைப் பெத்த நாயோட அடுத்த ஈடு. அதி
லிருந்து அது மாதிரியே ஒண்ணு பொறுக்கிக் கொண்டுவந்து உன்
ரூம் வாசலில் விட்டுவிட்டேன்.'

'அடேய் ஷண்பேகர், இன்னும் எத்தனை ஏமாற்றப் போறே?
சொல்லிடு' என்று அவன் முதுகில் பலமாகவே குத்தினான்.

சாயங்காலம் அனைவரும் கோயிலுக்குப் போயிருந்தார்கள். மண்டபத்திலிருந்து தூரத்தில் சாட்டிலைட்டின் ஆண்டெனா உயரத்தில் தெரிந்தது. பக்தர்கள் பூசாரியிடம் குங்குமம், சந்தனம், விபூதி எல்லாம் வாங்கிக்கொண்டு போனார்கள். கைக் குழந்தை களுக்கு ஓர் ஓரத்தில் தாயத்து கட்டிக் கொண்டிருந்தார்கள். மற்றொரு ஓரத்தில் பயந்தவர்களுக்கு வேப்பிலை அடித்துக் கொண்டிருந்தார்கள். அர்ச்சனை டிக்கெட், அபிஷேக டிக்கெட் என்று விற்பனை பெருகிக்கொண்டிருந்தது.

ஷண்பேகரைத் தேடிக்கொண்டு ஒருவர் வந்திருந்தார்.

'மிஸ்டர் ஷண்பேகர்.'

'எஸ்.'

'நான் சிபிஐயிலிருந்து வந்திருக்கிறேன். உங்கள் கடிதம் கிடைத்தது.'

'வெல்கம்! உங்களுக்காகத்தான் காத்திருக்கிறோம். கதையை முடிப்பதற்குமுன், உங்கள் பெயர்?'

'இன்ஸ்பெக்டர் முன்சாமி.'

———————————

166

www.ingramcontent.com/pod-product-compliance
Lightning Source LLC
Chambersburg PA
CBHW020020030726
47499CB00007B/2203
* 9 7 8 8 1 8 4 9 3 4 5 8 8 *